Sách dạy nấu ăn salad trái cây thiết yếu

Hơn 100 công thức nấu ăn lành mạnh, dễ dàng và ngon miệng

My Đặng

Đã đăng ký Bản quyền.
từ chối trách nhiệm

Thông tin chứa đựng nhằm mục đích phục vụ như một bộ sưu tập toàn diện các chiến lược mà tác giả của cuốn sách điện tử này đã nghiên cứu. Các bản tóm tắt, chiến lược, mẹo và thủ thuật chỉ là đề xuất của tác giả và việc đọc cuốn sách điện tử này sẽ không đảm bảo rằng kết quả của một người sẽ phản ánh chính xác kết quả của tác giả. Tác giả của sách điện tử đã thực hiện mọi nỗ lực hợp lý để cung cấp thông tin hiện tại và chính xác cho độc giả của sách điện tử. Tác giả và các cộng sự của mình sẽ không chịu trách nhiệm về bất kỳ lỗi hoặc thiếu sót vô ý nào có thể được tìm thấy. Tài liệu trong sách điện tử có thể bao gồm thông tin từ bên thứ ba. Tài liệu của bên thứ ba chứa ý kiến được thể hiện bởi chủ sở hữu của họ. Do đó, tác giả Sách điện tử không chịu trách nhiệm hoặc trách nhiệm pháp lý đối với bất kỳ tài liệu hoặc ý kiến của bên thứ ba nào.

Sách điện tử có bản quyền © 2022 với mọi quyền được bảo lưu. Việc phân phối lại, sao chép hoặc tạo các tác phẩm phái sinh từ Sách điện tử này, toàn bộ hoặc một phần, là bất hợp pháp. Không phần nào của báo cáo này có thể được sao chép hoặc truyền lại dưới bất kỳ hình thức nào mà không có sự cho phép bằng văn bản rõ ràng và có chữ ký của tác giả.

GIỚI THIỆU ....
SALAD TRÁI CÂY TRUYỀN THỐNG ....
  1. Salad trái cây lạ miệng ....
  2. Salad trái cây ngày lễ ....
  3. Salad trái cây kiểu Á sốt đu đủ bạc hà ....
  4. Salad trái cây nóng ....
  5. Gỏi xoài bơ mắc ca ....
  6. Salad hoàng hôn rực lửa ....
  7. Salad hoa quả mùa đông ....
  8. Trái cây mùa hè với bạc hà tươi mát ....
  9. Salad trái cây cà ri ....
  10. Đĩa hoa quả nướng ....
  11. Salad trái cây thanh nhiệt ....
  12. Dâu tây, Xoài và Dứa ....
  13. Salad dưa hấu và cherry ....
  14. Salad hoa quả 24h ....
  15. Salad trái cây mùa thu ....
  16. Salad dưa đỏ ....
  17. Salad trái cây cà ri ....
  18. Salad hoa quả Ba Tư ....
  19. Salad trái cây ngũ cốc ....
  20. Salad trái cây tươi ....
  21. Salad trái cây Harlequin ....
Salad .... 40 trái cây bão hò
  23. Salad trái cây Lebanon Vết bẩn ....
  24. Salad củ đậu với húng quế ....

4

25. Salad trái cây gừng 46
26. Salad trái cây với rau thơm và kem bạc hà 48
27. Salad trái cây sốt đu đủ 50
28. Salad trái cây sốt cam 52
29. Salad trái cây với sốt ớt jalapeno 54
30. Salad trái cây trộn dấm sơ ri 56
31. Salad trái cây sốt hạt anh túc 58
32. Salad trái cây sốt cà ri mật ong 59
SALAD TRÁI CÂY RAU CỦ 61
33. Salad rau xanh và hoa quả 61
34. Cà rốt, nho khô và salad trái cây 63
35. Salad cam vả 65
36. Salad trái cây đông lạnh 66
37. Salad bắp cải hoa quả 68
38. Salad sữa chua rau củ quả 70
39. Salad trái cây dứa ớt 72
40. Salad rau bina với trái cây và mật ong 74
41. Salad rau xanh và salad trái cây 76
SALAD TRÁI CÂY VỚI PR INCIPLE PUMPS 78
42. Salad gà trái cây 78
43. Gỏi gà bơ đu đủ 79
Salad cà ....ri bò hoa quả 81
45. Gà tây với cà ri, salad trái cây và các loại hạt 82
46. Salad tôm trái cây 84
47. Salad gà tây xông khói với trái cây 85
48. Gỏi tôm trái cây lớp 86

49. Gà hun khói và trái cây lạ ....

50. Salad trái cây việt quất ....

SALAD TRÁI CÂY REAMY ....

51, Salad anh đào đen sốt trái cây ngọt ....

52, Salad hoa quả bắp cải sốt kem ....

53, Salad cherry sốt sữa chua ....

54, Salad trái cây sốt kem amaretto ....

55, cocktail trái cây kẹo dẻo ....

56, Salad cam ....

Salad hoa quả Calico 1

5 8, Salad trái cây kem 1

104 salad trái cây..

60, Salad trái cây nhiệt đới kem 1

61, Salad trái cây kiểu Philippines 1

62, Salad trái cây với chanh 1

63, Haupia salad trái cây lạ miệng 1

64, Salad trái cây sốt bạc hà 1

SALAD TRÁI CÂY CÓ RƯỢU 1

65, Salad trái cây với sâm panh 1

66, Salad trái cây tươi sốt rượu rum mật ong 1

67, Trái cây và rượu compote 1

68, Salad hoa quả thanh nhiệt 1

69, Salad hoa quả rượu trắng 1

70, Salad trái cây Sri Lanka 1

71, Sa lát hoa Mimosa 1

72, Mojito salad trái cây 1

73, salad trái cây Margarita 126
SALAD TRÁI CÂY ĐÔNG LẠNH 128
   74, Cốc trái cây đông lạnh cho trẻ em 128
   75, Salad trái cây đông lạnh kem 130
   76, salad trái cây đông lạnh của bà 131
   77, Ly riêng cho salad trái cây đông lạnh 133
   78, Salad thạch trái cây 135
   136 Salad trái cây đông lạnh..
   80, Salad hoa quả cho bé 137
SALAD TRÁI CÂY VỚI MÌ VÀ NGŨ CỐC 139
   81, Mật ong từ món salad mì ống trái cây 139
   82, Cơm salad trái cây và các loại hạt 141
   83, Salad trái cây với các loại hạt 143
   84, Salad trái cây mì ống 144
   85, Salad trái cây với couscous 146
   86, Salad trái cây và bulgur 148
   87, Salad trái cây với các loại hạt 150
   88, Salad trái cây trắng và gạo hoang dã 152
   89, Pasta và Salad trái cây cá ngừ Joan Cook 155
   90, Salad quả anh túc 157
SALAD TRÁI CÂY TRÁI CÂY 159
   91, salad hoa quả Ambrosia 159
   92, Salad trái cây Valentine 161
   93, Salad trái cây nướng tuyệt đỉnh 163
   94, Salad hoa quả tráng miệng 164
   95, Sa lát trái cây xốp 166

96, Salad trái cây đông lạnh 1
97, Salad trái cây gói crepe 1
98, Salad Parfait trái cây 1
99, Salad trái cây kẹo cao su 1
100, kem parfait hạt phỉ 1

KẾT LUẬN 211

GIỚI THIỆU

Salad trái cây là một số món tráng miệng lành mạnh nhất hiện có. Với đầy trái cây tươi và nước xốt thơm ngon, mọi người đều yêu thích món ăn sảng khoái này. Salad trái cây rất dễ làm và có thể làm vào bất kỳ thời điểm nào trong năm bằng trái cây tươi hoặc đóng hộp để tráng miệng hoặc ăn tối.

Cuốn sách này sẽ chỉ cho bạn cách chế biến món tráng miệng tốt cho sức khỏe này ngay với nước sốt salad trái cây ngon nhất và sự kết hợp trái cây tuyệt vời.

Đặc điểm của một món salad trái cây tuyệt vời

1. Trái cây: Rõ ràng, điều đầu tiên nghĩ đến là trái cây. Bạn có thể sử dụng cả trái cây tươi và đóng hộp, mặc dù sử dụng trái cây tươi sẽ cho kết quả tốt nhất.

2. Nước xốt: Có nhiều cách để làm nước xốt salad trái cây! Bí mật của món salad ngon tuyệt nằm ở nước sốt!

3. Các loại thảo mộc và quả hạch: Cho dù bạn chọn sử dụng các loại thảo mộc tươi, vỏ cam quýt hay các loại hạt xắt nhỏ, thì thêm một chút sẽ khiến

hầu hết các món salad trái cây từ ngon đến tuyệt vời.

4. Hãy dành thời gian của bạn: Món salad của bạn sẽ bị hỏng nếu bạn không dành thời gian để làm ráo nước trái cây, loại bỏ cuống, gọt vỏ, bỏ hạt và rửa sạch khi cần thiết.

Gỏi TRÁI CÂY TRUYỀN THỐNG

1. Salad trái cây lạ miệng

Năng suất: 4 phần ăn

Nguyên liệu
- 2 quả xoài chín, đu đủ hoặc
- 6 quả kiwi, -- gọt vỏ và cắt
- 2 quả chuối, -- bóc vỏ và cắt
- 2 TB đường bánh kẹo
- 2 TB nước cốt chanh
- $\frac{1}{2}$ muỗng cà phê chiết xuất vani
- $\frac{1}{4}$ thìa cà phê bột ngũ vị hương Trung Quốc

- ½ quả mâm xôi
- Trái dúa
- đường bánh kẹo
- Lá bạc hà

Đánh tan đường, nước cốt chanh, vani và bột ngũ vị hương Trung Quốc; điều chỉnh theo khẩu vị, thêm hoặc bớt các thành phần. Thêm xoài và quả mâm xôi và trộn với nhau.

Ngay trước khi phục vụ, xếp kiwi thành hình tròn ở mép ngoài của mỗi 4 đĩa tráng miệng, xếp một vòng tròn bên trong gồm các lát chuối lên trên kiwi, chừa một khoảng trống ở giữa đĩa tráng miệng. Cho quả mâm xôi và xoài đã ngâm vào giữa; rắc đường bánh kẹo và trang trí bằng lá bạc hà.

2. Salad trái cây ngày lễ

Năng suất: 1 phần ăn

Nguyên liệu
- 1 hộp dứa miếng
- ½ chén đường
- 3 muỗng canh bột mì đa dụng
- 1 quả trứng, đánh nhẹ
- 2 hộp quýt
- 1 lon lê
- 3 Kiwi mỗi loại
- 2 quả táo lớn
- 1 nửa cốc hồ đào

Dứa lọc lấy nước cốt. Đặt dứa sang một bên. Đổ nước trái cây vào một cái chảo nhỏ; thêm đường và bột mì. Đun sôi. Nhanh chóng khuấy trong trứng; nấu cho đến khi đặc lại. Loại bỏ nhiệt; lạnh.

Nó được đặt trong tủ lạnh. Trong một bát lớn, kết hợp dứa, cam, lê, kiwi, táo và hồ đào. Đổ băng lên trên và quăng tốt. Che và làm lạnh trong 1 giờ.

3. Salad trái cây kiểu Á với sốt đu đủ bạc hà

Năng suất: 6 phần ăn

    Nguyên liệu
- ½ quả dứa lớn; bóc ra, bóc ra
- 1 quả đu đủ vừa; bóc vỏ, bỏ hạt
- ½ quả dưa đỏ lớn; bóc vỏ, bỏ hạt
- 11 ounces vải bóc vỏ trong xi-rô nặng
- ½ chén nho đỏ không hạt; giảm một nửa
- ½ chén nho xanh không hạt; giảm một nửa
- 1 quả đu đủ lớn; bóc vỏ, bỏ hạt
- 5 thìa đường

- 3 muỗng canh nước cốt chanh tươi
- 1½ thìa bạc hà tươi; băm nhỏ

Trộn 6 thành phần đầu tiên trong một bát lớn.

Đặt trái cây vào 6 bát hoặc ly nhỏ

Rưới nước sốt bạc hà đu đủ lên trái cây. Rắc dừa. Trang trí với bạc hà.

Sốt bạc hà đu đủ: Xay nhuyễn tất cả các nguyên liệu trong máy xay thực phẩm cho đến khi mịn.

Chuyển sang bát. Gói lại và để tủ lạnh tới khi nào dùng được.

4. Salad trái cây nóng

Năng suất: 6 -8

Nguyên liệu
- 1 lon (15 oz) đào cắt lát
- 1 lon (15 oz) quả mơ
- 2 muỗng canh đường nâu
- 1 quả chanh và 1 quả cam; vỏ cây của
- 2 quả táo; gọt vỏ, gọt vỏ và cắt thành lát mỏng
- 2 quả chuối chín; cắt lát theo đường chéo

Trộn nước ép đào và mơ với đường nâu và vỏ. Cho tất cả trái cây vào soong, thêm nước trái cây và nướng trong lò ở 180°C (350F) trong 45
phút, phát hiện. Nó được phục vụ ấm hoặc lạnh với kem, kem tươi hoặc một mình.

5. Gỏi xoài bơ mắc ca

Làm cho 4 phần ăn

- 1 quả xoài chín chắc, gọt vỏ, rỗ
- 2 quả bơ Hass chín, bỏ hạt, bóc vỏ
- 2 thìa nước cốt chanh tươi
- 2 muỗng cà phê mật hoa agave
- $1/4$ chén hạt mắc ca nghiền nát
- 1 muỗng canh hạt lựu tươi
- 1 muỗng canh lá bạc hà hoặc rau mùi tươi

Trong một bát lớn, kết hợp xoài và bơ.

Thêm nước cốt chanh và mật hoa agave và lắc nhẹ để phủ trái cây. Rắc mắc ca, hạt lựu và lá bạc hà. Phục vụ ngay lập tức.

6. Salad hoàng hôn rực lửa

Làm từ 4 đến 6 phần ăn

- 2 thìa nước cốt chanh
- 2 muỗng canh mật hoa agave
- 1 quả táo vàng ngon, gọt vỏ, bỏ lõi
- 1 quả chuối, cắt thành lát 1/4 inch
- đào hoặc xuân đào, giảm một nửa, dọ sức
- 1 chén anh đào tươi

Trong một bát lớn, kết hợp nước cốt chanh và mật hoa agave, khuấy để kết hợp. Thêm táo, cam, chuối, đào và anh đào. Quăng nhẹ nhàng để kết hợp và phục vụ.

7. Salad trái cây vào mùa đông

Làm cho 4 phần ăn

- 2 muỗng canh dầu óc chó
- 2 thìa nước cốt chanh tươi
- 1 thìa mật hoa agave
- 1 quả táo Fuji, Gala hoặc Red Delicious, bỏ lõi
- 1 quả cam lớn, bóc vỏ và cắt
- 1 chén nho đỏ không hạt, giảm một nửa
- 1 quả khế nhỏ, cắt nhỏ

Trong một bát nhỏ, kết hợp dầu óc chó, nước cốt chanh và mật hoa cây thùa. Trộn đều và để một bên.

Trong một bát lớn, kết hợp táo, lê, cam, nho, khế và quả óc chó. Mưa phùn với nước sốt, quăng áo khoác và phục vụ.

8. Trái cây mùa hè với bạc hà tươi

Làm từ 4 đến 6 phần ăn

- 2 muỗng canh nước ép cam hoặc dứa tươi
- 1 muỗng canh nước cốt chanh tươi
- 1 thìa mật hoa agave
- 2 muỗng cà phê bạc hà tươi xắt nhỏ
- 2 cốc anh đào tươi
- 1 chén quả việt quất tươi
- 1 chén dâu tây tươi, tách vỏ và giảm một nửa
- $1/2$ cốc quả mâm xôi tươi hoặc quả mâm xôi

Trong một bát nhỏ, kết hợp nước cam, nước cốt chanh, mật hoa agave và bạc hà. Để qua một bên. Trong một bát lớn, kết hợp anh đào, quả việt quất, dâu tây và quả mâm xôi. Thêm băng và quăng nhẹ nhàng để kết hợp. Phục vụ ngay lập tức.

9. Salad trái cây cà ri

Làm từ 4 đến 6 phần ăn

- ¾ cốc sữa chua vani thuần chay
- ¹/4 chén tương ớt xoài thái nhỏ
- 1 muỗng canh nước cốt chanh tươi
- 1 muỗng cà phê bột cà ri nhẹ
- 1 quả táo Fuji hoặc Gala, bỏ lõi và cắt thành hình nêm 1/2 inch
- 2 quả đào chín, giảm một nửa và cắt thành hình nêm 1/2-inch

- 4 quả mận đen chín, cắt đôi và tỉa
- 1 chén nho đỏ không hạt, giảm một nửa
- $1/4$ chén dừa vụn nướng, không đường
- $1/4$ chén hạnh nhân nướng

Trong một bát nhỏ, kết hợp sữa chua, tương ớt, nước cốt chanh và bột cà ri và trộn cho đến khi kết hợp tốt. Để qua một bên.

Trong một bát lớn, kết hợp táo, đào, mận, xoài, nho, dừa và hạnh nhân. Thêm băng, quăng nhẹ nhàng để phủ và phục vụ.

10. Hoa quả nướng

Làm từ 4 đến 6 phần ăn

- $1/2$ cốc nước nho trắng
- $1/4$ chén đường
- 1 quả dứa, gọt vỏ, bỏ lõi và cắt thành 1/2-in
- 2 quả mận đen hoặc tím chín, cắt đôi và bỏ hạt
- 2 quả đào chín, cắt đôi và bỏ hạt
- 2 quả chuối chín, cắt làm đôi theo chiều dọc

Làm nóng lò nướng trước. Trong một cái chảo nhỏ, đun nước ép nho và đường trên lửa vừa, khuấy đều cho đến khi đường tan. Tắt bếp và đặt sang một bên để nguội.

Chuyển trái cây sang vỉ nướng nóng và nướng trong 2 đến 4 phút, tùy thuộc vào loại trái cây. Sắp trái cây nướng lên đĩa phục vụ và rưới xi-rô lên. Nó được phục vụ ở nhiệt độ phòng.

11. Salad trái cây thanh nhiệt

Làm cho 4 phần ăn

- $1/3$ cốc nước ép dứa
- 2 thìa nước cốt chanh tươi
- 1 thìa mật hoa agave
- cayenne xay
- 1 quả cam rốn, gọt vỏ và cắt thành khối 1 inch

- 1 quả lê chín, bỏ lõi và cắt thành viên xúc xắc 1 inch
- 1 quả chuối chín, cắt thành lát 1/4 inch
- 1/2 chén dứa tươi hoặc đóng hộp
- 2 muỗng canh nam việt quất khô ngọt
- 2 muỗng canh hạt bí ngô bóc vỏ (pepitas)
- 1 muỗng canh bạc hà tươi xắt nhỏ

Trong một bát lớn, kết hợp nước ép dứa, nước cốt chanh, mật hoa agave và cayenne để nếm thử, khuấy đều để kết hợp tốt.

Thêm cam, lê, chuối và dứa. Quăng nhẹ nhàng để kết hợp, rắc quả nam việt quất, hạt bí ngô và bạc hà và phục vụ.

12. Dâu tây, Xoài và Dúa

Làm cho 4 phần ăn

- 2 chén dúa tươi hoặc đóng hộp thái hạt lựu
- 1 quả xoài, gọt vỏ, bỏ hạt và cắt thành miếng 1/2 inch
- 2 chén dâu tây tươi thái lát mỏng
- 1 quả chuối chín
- 1/4 cốc nước cam tươi
- 2 thìa nước cốt chanh tươi
- 1 thìa đường

Trong một bát lớn, kết hợp dứa, xoài và dâu tây. Để qua một bên.

Trong máy xay sinh tố hoặc máy xay thực phẩm, xay nhuyễn chuối với nước ép dứa, nước cam, nước cốt chanh và đường. Đổ nước sốt lên trái cây, trộn nhẹ nhàng để kết hợp và phục vụ.

13. Salad dưa hấu cherry

Làm từ 4 đến 6 phần ăn

- $^1/3$ cốc nước cam tươi
- 1 muỗng canh nước cốt chanh tươi
- 1 muỗng cà phê chiết xuất vani nguyên chất
- 1 muỗng cà phê đường
- 4 cốc dưa hấu thái hạt lựu không có hạt hoặc lõi
- 2 cốc anh đào tươi
- 1 chén quả việt quất tươi

Trong một bát lớn, kết hợp nước cam, nước cốt chanh, vani và đường. Thêm dưa hấu, anh đào và quả việt quất. Quăng nhẹ nhàng để kết hợp và phục vụ.

14. 24 giờ salad trái cây

Năng suất: 16 phần ăn

Nguyên liệu
- 2 lon dứa miếng vừa
- Lon 6 ounce hoặc nước cam, đông lạnh
- 1 gói pudding chanh ăn liền
- 3 quả chuối, thái lát
- 1 lon lê
- $2\frac{1}{2}$ kilôgam Hộp quả mơ
- $2\frac{1}{2}$ kg Hộp đào
- 1 hộp quýt, để ráo nước

Vớt dứa ra và hòa tan nước cam vào nước dứa. Trộn bánh pudding ăn liền trong nước trái cây, chuối thái lát, lê, mơ và đào (thành miếng vừa ăn). Thêm cam và dứa đã ráo nước. Trộn đều và để trong tủ lạnh trong 24 giờ.

15. Salad trái cây mùa thu

Năng suất: 8 phần ăn

Nguyên liệu
- 2 quả táo đỏ ngon
- 1 quả chuối thái lát
- 1 quả táo Granny Smith
- 2 quả lê Bartlett
- ½ cân Anh nho đỏ
- ½ c. hạnh nhân cắt nhỏ -- nướng 1 c. sữa chua vani
- 1 muỗng canh quế
- ¼ muỗng cà phê. gừng xay

- ½ muỗng cà phê. nhục đậu khấu
- 1 TB rượu táo

Rửa và gọt vỏ táo và lê, gọt vỏ nếu muốn. Cắt thành miếng một inch. Cắt chuối dày ½ inch. Rửa sạch nho và cắt làm đôi. Trộn trái cây và hạnh nhân trong bát salad. Trộn sữa chua với gia vị và rượu táo.

Đổ lên món salad trái cây và trộn đều trái cây. Làm lạnh.

16. Salad dưa vàng

Năng suất: 6 phần ăn

Nguyên liệu
- mỗi 2 Med. dưa gang
- 1 quả dứa lớn mỗi loại
- 1 cốc nho khô
- 1 chén dừa tươi nạo nhỏ
- 1 chén quả óc chó thái nhỏ
- 1 quả táo lớn mỗi loại
- 1 cốc sữa chua ít béo

Cắt dưa thành miếng nhỏ và trộn với tất cả các loại trái cây và hạt khác trong một bát salad lớn. Múc sữa chua ra từng bát và cho salad trái cây lên trên. Khuấy đều và ăn.

17. Salad trái cây cà ri

Năng suất: 6 phần ăn

Nguyên liệu

XA LÁT
- 1 quả dưa nhỏ
- 1 quả dứa tươi
- ½ quả ớt chuông màu cam

TRANG PHỤC
- ⅓ cốc nước cam tươi
- 1 muỗng cà phê mật ong
- 1 muỗng cà phê mù tạt hạt

- ½ muỗng cà phê cải ngựa đã chuẩn bị
- ¼ muỗng cà phê bột cà ri
- Muối và hạt tiêu mới xay

Cắt đôi quả dưa đỏ và loại bỏ hạt. Cắt thành phần tám và loại bỏ da. Cắt dưa vàng thành những miếng nhỏ vừa ăn. Sử dụng một con dao bằng thép không gỉ, loại bỏ phần trên và dưới của quả dứa, sau đó dựng đứng và cắt bỏ lớp vỏ bên ngoài. Bổ đôi quả dứa từ trên xuống dưới và bỏ lõi.

Cắt dứa thành miếng vừa ăn.

Trong một bát phục vụ, trộn trái cây và ớt cam. Đậy nắp và làm lạnh cho đến khi sẵn sàng phục vụ.

Trong một cái bát nhỏ, trộn đều nước cam, mật ong, mù tạt, cải ngựa, bột cà ri, muối và hạt tiêu cho vừa ăn. Khi sẵn sàng phục vụ, đổ nước sốt lên trái cây và trộn đều.

18. Salad trái cây Ba Tư

Năng suất: 6 phần ăn

Nguyên liệu
- 2 quả cam không hạt; bóc vỏ và bóc vỏ
- 2 quả táo; lột vỏ; cốt lõi
- 2 quả chuối; lát cắt
- 2 cốc quả chà là; băm nhuyễn;
- 1 chén quả sung khô; băm nhuyễn; hoặc quả mơ
- 1 cốc nước cam
- 1 chén hạnh nhân; băm nhỏ

Đặt trái cây vào bát phục vụ. Đổ nước cam lên trái cây và trộn nhẹ nhàng. Trang trí với hạnh nhân hoặc dừa. Đậy nắp và làm lạnh trong vài giờ trước khi phục vụ.

19. Năm chén salad trái cây

Năng suất: 8 phần ăn

Nguyên liệu
- 11 ounce Quýt lon, để ráo nước ❏❏ 13½ ounce Can dứa miếng, để ráo nước
- ½ cốc nước ép dứa
- 1½ chén kẹo dẻo thu nhỏ
- 2 chén kem chua
- 3½ ounce dừa nạo
- 1 chén nho/anh đào để trang trí

Kết hợp tất cả các thành phần ngoại trừ topping và làm lạnh trong vài giờ hoặc qua đêm. Chúng được phục vụ trên chén salad xanh trang trí bằng nho hoặc anh đào.

20. Salad trái cây tươi

Năng suất: 10 phần ăn

Nguyên liệu
- ½ kg nghêu loại vừa; thô
- 1 lon (8 oz) sữa chua nguyên chất ít béo
- ¼ cốc nước cam cô đặc đông lạnh
- 1 hộp nước ép dứa miếng; làm khô hạn
- 1 quả cam lớn; bóc vỏ, tách hạt
- 1 chén nho đỏ không hạt; cắt một nửa
- 1 chén nho xanh không hạt
- 1 quả táo; lõi và cắt nhỏ , cắt làm đôi
- 1 quả chuối; lát cắt

Chuẩn bị vỏ Creamette theo hướng dẫn trên bao bì; Sự rò rỉ Trong một bát nhỏ, trộn đều sữa chua và nước cam cô đặc. Trong một bát lớn, kết hợp các thành phần còn lại. Thêm hỗn hợp sữa chua; ném để trang trải.
Che; nó mát mẻ tốt.

Khuấy nhẹ nhàng trước khi phục vụ. Cho thức ăn thừa vào tủ lạnh.

21. Salad trái cây Harlequin

Năng suất: 4 phần ăn

Nguyên liệu
- 1 quả dưa chín cỡ vừa
- 125 gram dâu tây; (4 oz)
- 125 gam nho xanh hoặc đen không hạt;
- 1 hộp dứa cắt miếng ngâm nước ép tự nhiên
- 1 quả chuối
- 2 quả cam
- 1 quả táo đang ăn có vỏ màu đỏ

Đặt dưa đỏ vào một bát lớn. Cắt tất cả những quả dâu tây lớn thành một nửa hoặc một phần tư. Thêm vào các khối dưa đỏ.

Rửa sạch và cắt đôi quả nho theo chiều dọc. Đặt trong bát phục vụ. Cẩn thận mở các miếng dứa và đổ chúng vào bát phục vụ với nước ép.

Gọt vỏ chuối và cắt chúng thành lát dày 1 cm ($\frac{1}{2}$ inch). Trộn những lát này vào hỗn hợp trái cây.

Rửa sạch và bổ đôi quả táo, loại bỏ lõi và cắt thành lát dày hoặc khối, trộn vào hỗn hợp trái cây.

Đậy nắp và làm lạnh salad trái cây trong 30-60 phút.

22. Salad hoa quả bão

Năng suất: 6 phần ăn

Nguyên liệu
- 1 chén chuối thái lát
- 1 chén cam, tươi bóc vỏ
- ½ chén dâu tây thái lát
- 1 chén dứa tươi
- ½ chén quả Kiwi gọt vỏ, cắt lát
- 1 cốc sữa chua nguyên chất
- 1 chén quả dưa đỏ
- ⅓ chén chà là xắt nhỏ
- 2 muỗng canh dừa nạo
- 6 lá xà lách

Trộn tất cả các thành phần trừ dừa và salad. Che và làm lạnh trong 1-2 giờ. Cho lá xà lách ra đĩa, dùng muỗng múc hỗn hợp trên rưới lên lá xà lách và trang trí bằng dừa.

23. Salad trái cây tươi kiểu Li-băng

Năng suất: 1 phần ăn

Nguyên liệu
- 1 quả dưa hấu chín
- ½ quả dứa tươi
- 1 đến 2 quả cam
- Táo, lê hoặc dâu tây
- 2 quả chuối chín

Cách chế biến: Gọt vỏ và thái hạt lựu. Cắt dứa thành miếng. Gọt vỏ và cắt cam, loại bỏ hết màng trắng, cắt chúng thành từng miếng bằng kéo nhà bếp. Tung trái cây với nhau.

Nếu quả đẹp và chín, nước ép tự nhiên sẽ cung cấp nhiều vị ngọt nên không cần thêm đường. Xúc xắc táo hoặc lê và nếu dùng quả mọng, hãy rửa sạch và gọt vỏ. Thêm vào hỗn hợp trái cây. Ngay trước khi phục vụ, gọt vỏ, cắt lát và thêm chuối. Khuấy đều.

24. Salad trái cây củ đậu với húng quế

Năng suất: 6 phần ăn

Nguyên liệu
- 1 chén nho, cà chua, không hạt
- 1 cốc Nho xanh, không hạt
- 1 chén dưa đỏ, mật ong hoặc xoài; khối
- 1 chén dứa miếng, tươi
- 1 quả cam; gọt vỏ, thái làm tư
- 1 quả xuân đào; khối
- ½ chén dâu tây; giảm một nửa
- ½ chén củ đậu; gọt vỏ, cắt miếng que diêm

- $\frac{1}{4}$ cốc nước cam
- 1 thìa Húng quế, tươi; xắt nhỏ HOẶC
- 1 thìa cà phê húng quế khô; nghiền nát
- Lò xo húng quế, tùy chọn

Trong một bát vừa, kết hợp tất cả các thành phần trừ nhánh húng quế; trộn nhẹ nhàng. Để phục vụ, trang trí với một nhánh húng quế.

25. Salad trái cây với gừng

Năng suất: 8 phần ăn

Nguyên liệu
- 2 quả đào tươi
- 1 quả dưa vàng
- 3 md mận
- ½ quả dưa
- ½ cân Anh nho xanh và đỏ
- ½ cốc nước cốt chanh tươi
- 1 muỗng cà phê vỏ chanh
- ¼ cốc mật ong
- ½ chén kẹo gừng

Chuẩn bị tất cả trái cây bằng cách rửa sạch, làm sạch nếu muốn, loại bỏ hạt và cắt thành miếng nhỏ. Có thể múc dưa ra bằng dụng cụ ép dưa nếu muốn.

Kết hợp tất cả các loại trái cây trong một bát sứ lớn.

Trộn nước cốt chanh, vỏ, mật ong và gừng với nhau. Đổ trái cây, quăng và ướp trong ít nhất sáu giờ. Phục vụ lạnh hoặc ở nhiệt độ phòng.

26. Salad trái cây và thảo mộc với kem bạc hà

Năng suất: 4 phần ăn

Nguyên liệu
- 2 quả cam; bóc vỏ và thái lát
- 1 quả bưởi; bóc vỏ và chia
- 1 quả lê lớn; bóc ra, bóc ra
- 250 gram nho không hạt
- 300 ml nước cam tươi
- 1 muỗng canh húng tây xắt nhỏ
- 1 muỗng canh chanh xắt nhỏ
- 1 muỗng cà phê bạc hà xắt nhỏ
- lá bạc hà tươi
- 4 thìa kem bạc hà

Trộn tất cả các loại trái cây và đổ nước trái cây lên trên.

Khuấy các loại thảo mộc xắt nhỏ và làm lạnh trong vài giờ trước khi ăn.

Phục vụ mỗi phần với một thìa kem bạc hà ở giữa và một ít kem nếu muốn, đồng thời trang trí món tráng miệng bằng một vài lá bạc hà.

27. Salad trái cây sốt đu đủ

Năng suất: 1 phần ăn

Nguyên liệu
- 1 quả đu đủ; gọt vỏ, bỏ hạt và cắt miếng
- ¾ chén mật hoa đu đủ đóng hộp
- 2 muỗng canh giấm rượu gạo
- 2 thìa cà phê gừng tươi; băm nhỏ
- 1 thìa đường
- ⅓ chén dầu ô liu
- Trái cây tươi các loại; lát cắt
- 1 bó Bạc hà; Thái nhỏ

Trong máy xay sinh tố, kết hợp đu đủ, mật hoa, giấm, gừng và đường và trộn cho đến khi mịn. Khi động cơ đang chạy, đổ dầu ô liu vào theo dòng chảy chậm, ổn định cho đến khi kết hợp. Đổ vào một cái bát, khuấy bạc hà và làm lạnh, đậy nắp, cho đến khi sẵn sàng sử dụng.

Đổ trái cây tươi lên trên và trang trí bằng lá bạc hà.

28. Salad trái cây sốt cam

NĂNG SUẤT: 8 - 10 PHẦN

Nguyên liệu làm nước sốt
- 1/4 c.Mật ong
- 1/4 c nước cam tươi vắt
- Vỏ của 1 quả chanh

cho món salad
- 1 cân Anh dâu tây, gọt vỏ và làm tư
- 6 oz. nham lê
- 6 oz. dâu rừng
- 3 quả kiwi, gọt vỏ và thái lát
- 1 quả cam, gọt vỏ và cắt làm đôi
- 2 quả táo, gọt vỏ và thái nhỏ

- 1 quả xoài, gọt vỏ và xắt nhỏ
- 2 quả nho

Hướng

Trong một bát nhỏ, trộn mật ong, nước cam và vỏ chanh. Cho trái cây vào một cái bát lớn và đổ nước sốt lên trên, trộn nhẹ nhàng để kết hợp.

Để tủ lạnh cho đến khi sẵn sàng phục vụ

29. Salad trái cây với sốt jalapeno

Năng suất: 6 phần ăn

Nguyên liệu
- ½ quả dưa đỏ nhỏ
- 1 quả đu đủ chín lớn, gọt vỏ
- 1 chén dâu tây có cuống và vỏ
- 1 lon Dứa miếng để ráo nước

Sốt với cam quýt Jalapeno
- ⅓ cốc nước cam
- 3 muỗng canh nước cốt chanh
- 3 muỗng canh bạc hà tươi xắt nhỏ, húng quế
- 2 ớt Jalapeno không hạt, xắt nhỏ
- 1 thìa mật ong

Vớt hạt dưa ra. Gọt vỏ quả dưa hoặc cắt thành lát. Loại bỏ da và cắt thành khối. Đặt trong một bát lớn.

Thêm trái cây và mặc quần áo. Khuấy nhẹ nhàng để kết hợp. Phục vụ ngay lập tức hoặc đậy nắp và làm lạnh trong tối đa 3 giờ. Trang trí với bạc hà.

KẾT HỢP Cho vào một bát nhỏ và trộn đều

30. Salad trái cây với dầu giấm anh đào

Năng suất: 1 phần ăn

Nguyên liệu
- 3 muỗng canh giấm anh đào khô
- 4 muỗng canh dầu thực vật
- ¼ muỗng cà phê muối
- ¼ muỗng cà phê tiêu đen xay
- 1 chén anh đào khô
- 1 quả táo granny smith mỏng nhỏ
- 1 quả cam nhỏ, bóc vỏ và cắt
- ¼ chén hạt điều rang muối
- 1½ chén rau diếp Bỉ
- 1½ chén rau bina
- 1½ chén rau diếp Boston

Đối với nước sốt, trộn giấm, dầu, muối và hạt tiêu. Sắp xếp rau xanh trên đĩa phục vụ; thêm anh đào, quả mọng và hạt điều. Phục vụ với dầu giấm.

Đối với giấm: Kết hợp 1 cốc quả anh đào khô với 2 cốc giấm rượu vang trắng trong hộp thủy tinh. Đậy nắp và để ngâm trong 2 ngày ở nhiệt độ phòng.

Đun nóng đến điểm sôi, lọc qua vải thưa. Để nguội và bảo quản trong hộp kín.

31. Salad trái cây sốt hạt anh túc

Năng suất: 6 phần ăn

Nguyên liệu
- 1 lon (11 oz) múi quýt; làm khô hạn
- 1 lon (8 oz) dứa miếng; làm khô hạn
- $1\frac{1}{2}$ cốc dâu tây thái lát
- $\frac{1}{4}$ chén nước sốt hạt anh túc
- Lá rau diếp

Trong một bát vừa, kết hợp tất cả các thành phần trừ rau diếp; ném để trang trải.

Dọn salad ra từng đĩa có lót rau diếp.

32. Salad trái cây sốt cà ri mật ong

Năng suất: 4 phần ăn

Nguyên liệu
- 1 quả xoài chín; bóc vỏ và thái hạt lựu
- 4 chén dứa tươi xắt nhỏ
- ¼ cốc nước cốt chanh tươi
- 1 cốc sữa chua vani nguyên chất hoặc ít béo
- 2 thìa mật ong
- ¼ muỗng cà phê bột cà ri; (không bắt buộc)
- ½ chén quả mâm xôi tươi
- ⅓ chén dừa nướng để trang trí

Vài món đơn giản và tươi mát như món salad trái cây xoài, dứa và quả mâm xôi này. Phủ lên trên một loại nước sốt mật ong và sữa chua sáng tạo, có hương vị của một chút bột cà ri, và bạn đã làm một món ngon thậm chí còn ngon hơn.

Trong một bát vừa, kết hợp xoài và dứa. Trộn với nước cốt chanh. Trong một bát nhỏ, đánh đều sữa chua, mật ong và bột cà ri nếu sử dụng. Để phục vụ, chia trái cây trong 4 đĩa phục vụ. Rắc quả mâm xôi và dừa và phục vụ nước sốt sữa chua riêng.

SALAD TRÁI CÂY RAU CỦ

33. Salad rau xanh và hoa quả

Năng suất: 1 phần ăn

Nguyên liệu
- 2 quả táo đỏ ngon
- 2 quả táo Granny Smith
- 1 chén quả óc chó
- 4 oz. Phô mai dê Texas
- Cửa hàng mua dấm mâm xôi

- cánh đồng xanh

Quăng rau xanh với những miếng quả óc chó. Thái mỏng táo và phô mai dê, sau đó xếp chúng lên trên món salad một cách hấp dẫn.

Dùng với nước sốt mâm xôi để có món salad trái cây ngon miệng.

Rắc táo với nước cốt chanh để táo không bị thâm.

34. Cà rốt, nho khô và salad trái cây

Năng suất: 1 phần ăn

Nguyên liệu
- 1 kg Vệ sinh; cả cà rốt
- 1 quả táo vừa và nhỏ; quý
- ¼ quả dứa tươi; cắt thành miếng
- 1 lon nho khô cỡ snack

Sử dụng máy ép trái cây, chế biến toàn bộ cà rốt, táo và dứa

Cạo bột giấy vào một cái bát và trộn đều để kết hợp ba thành phần khác nhau. Thêm nho khô, sau đó thêm lượng nước ép từ các nguyên liệu cần thiết để làm ẩm món salad.

Làm mát tốt và phục vụ lạnh.

35. Salad cam và sung

Làm cho 4 phần ăn

- 3 quả cam, làm sạch và thái nhỏ
- 1/2 chén quả sung tươi hoặc khô xắt nhỏ
- 1/2 chén quả óc chó xắt nhỏ
- 3 muỗng canh dừa bào ngọt
- 1 muỗng canh nước cốt chanh tươi
- 1 muỗng cà phê đường
- 2 muỗng canh anh đào khô ngọt

Trong một cái bát, kết hợp cam, quả sung và quả óc chó. Thêm dừa, nước cốt chanh và đường. Khuấy nhẹ nhàng để kết hợp. Rắc anh đào và phục vụ.

36. Salad trái cây đông lạnh

Năng suất: 6 phần ăn

Nguyên liệu
- 1 gói gelatin không hương vị
- ½ cốc nước sôi
- 16 oz Cocktail trái cây trong xi-rô
- ½ chén sốt mayonnaise hoặc Miracle Whip
- 2½ cốc kem ngọt

Cho $\frac{3}{4}$ cốc kẹo dẻo vào cùng lúc với kem đánh bông, nếu muốn

Hòa tan gelatin trong nước sôi. Để nguội một chút, sau đó trộn cocktail trái cây và sốt mayonnaise. Làm lạnh trong 10 phút. Thêm kem.

Đổ vào chảo ổ bánh nhỏ hoặc khay nướng và Đông cứng. Cắt hoặc cắt vuông và phục vụ trên rau diếp.

37. Salad trái cây và bắp cải

Năng suất: 6 phần ăn

Nguyên liệu
- 2 quả cam; cắt và cắt
- 2 quả táo; băm nhỏ
- 2 chén bắp cải xanh; băm nhỏ
- 1 chén nho xanh không hạt
- ½ chén kem tươi
- 1 thìa đường
- 1 thìa nước cốt chanh
- ¼ muỗng cà phê muối
- ¼ chén sốt mayonnaise/nước xốt salad

Đặt cam, táo, bắp cải và nho vào một cái bát.

Đánh bông kem tươi trong tô lạnh cho đến khi bông cứng. Cho kem, đường, nước cốt chanh và muối vào sốt mayonnaise.

Khuấy vào hỗn hợp trái cây.

38. Salad sữa chua trái cây và rau củ

Năng suất: 4 phần ăn

Nguyên liệu
- 2 quả táo ăn vừa; lõi và cắt nhỏ
- 2 củ cà rốt vừa; gọt vỏ, thái lát mỏng
- 1 quả ớt xanh vừa; bỏ hạt và thái nhỏ
- 6 ounce dứa tươi hoặc
- dứa đóng hộp
- 6 ounce sữa chua nguyên chất
- 3 muỗng canh nước cam
- 1 thìa nước cốt chanh

- Chút muối
- Quế; trang trí

Kết hợp táo, cà rốt, ớt và dứa và trộn đều.

Trộn sữa chua, nước cam, chanh và muối.

Cho salad vào nước sốt này, để nguội và dùng với quế trên cùng.

39. Gỏi dứa ớt

Năng suất: 1 phần ăn

Nguyên liệu
- 1 quả dứa chín
- 1 quả lựu đã tách hạt
- 2 cây chìa vôi; nước trái cây của
- 100 ml nước lạnh
- 50 gram đường cát
- 1 quả ớt đỏ thái nhỏ
- Vài lá húng tươi xé nhỏ

Đun nước và đường trong nồi nhỏ cho đến khi tan hết.

Tắt lửa và để nguội.

Thêm ớt và hạt lựu vào chất lỏng. Trong khi đó, gọt vỏ và cắt dứa thành những miếng lớn rồi thêm vào món salad trái cây với nước cốt chanh.

Đặt salad vào một cái bát trong tủ lạnh trong vài giờ để làm lạnh.

Trước khi phục vụ, thêm lá húng quế xé để mang lại sự tươi mát tuyệt vời cho món salad trái cây.

40. Salad rau bina với trái cây và mật ong

Năng suất: 6 phần ăn

Nguyên liệu
- 8 chén lá rau bina tươi gói
- 2 chén quả dưa đỏ
- $1\frac{1}{2}$ chén dâu tây tươi cắt đôi
- 2 muỗng canh mứt mâm xôi không hạt
- 2 muỗng canh giấm rượu trắng mâm xôi
- 1 thìa mật ong
- 2 muỗng cà phê dầu ô liu
- $\frac{1}{4}$ chén hạt mắc ca xắt nhỏ

Kết hợp rau bina, quả dưa đỏ và nửa quả dâu tây trong một bát lớn; ném nhẹ.

Kết hợp mứt và 3 thành phần tiếp theo trong một bát nhỏ; trộn bằng máy đánh trứng cho đến khi đồng nhất. Rưới hỗn hợp rau bina lên và trộn đều.

Rắc các loại hạt.

41. Xà lách và salad trái cây

Năng suất: 14 phần ăn

Nguyên liệu
- 3 lon quýt; làm khô hạn
- 3 Bưởi, màu hồng; bóc vỏ, bỏ hạt
- 6 đầu xà lách; xé thành miếng vừa ăn
- $\frac{1}{4}$ chén hành tây; băm nhỏ
- $\frac{3}{4}$ chén giấm, ngải giấm
- 2 muỗng canh dầu thực vật
- $2\frac{1}{2}$ muỗng canh hạt anh túc
- 1 thìa đường
- 1 muỗng cà phê muối
- 1 muỗng cà phê mù tạt khô

- $\frac{3}{4}$ chén dầu thực vật

Kết hợp quýt, bưởi và rau diếp trong một bát salad lớn; ném nhẹ. Ăn với nước sốt hạt anh túc.

Sốt hạt anh túc: Kết hợp 7 thành phần đầu tiên trong hộp đựng máy xay sinh tố; Khuấy đều. Từ từ thêm $\frac{3}{4}$ chén dầu thực vật, tiếp tục đánh cho đến khi đặc lại. Đổ vào lọ có nắp đậy kín và để nguội. Lắc đều trước khi phục vụ.

SALAD TRÁI CÂY VỚI BƠ CHÍNH

42. Salad gà trái cây

Năng suất: 4 phần ăn

Nguyên liệu
- $1\frac{1}{4}$ kg ức gà không xương, lột da và cắt thành dải 1/2 inch
- 2 muỗng canh bơ
- 1 muỗng cà phê muối
- $\frac{1}{2}$ thìa cà phê tiêu
- $2\frac{1}{4}$ chén dâu tây, giảm một nửa

- ¾ chén giá đỗ
- 2 muỗng cà phê gừng kết tinh xắt nhỏ
- 1 muỗng cà phê gừng xay
- 1 muỗng canh giấm húng quế
- 1 muỗng canh nước tương
- ⅛ muỗng cà phê muối
- ⅛ muỗng cà phê ớt cayenne
- 2 muỗng canh dầu ô liu

Xào miếng gà trong bơ trong 8 phút, khuấy thường xuyên. Nêm với muối và hạt tiêu; vớt ra khỏi chảo và để ráo trên khăn giấy. Để nguội bớt.

Kết hợp dâu tây, giá đỗ, thịt gà ướp lạnh và gừng băm nhỏ trong bát salad. Trong một bát riêng, kết hợp gừng xay, giấm, nước tương, muối và ớt cayenne. Thêm dầu, nhẹ nhàng trộn salad với nước sốt.

Đậy nắp salad và để ở nhiệt độ phòng trong 10 phút trước khi ăn.

43. Gỏi gà bơ đu đủ

Năng suất: 1 phần ăn

Nguyên liệu
- 6 nửa ức gà rút xương luộc
- 2 quả đu đủ chín gọt vỏ và thái lát mỏng
- 2 quả bơ chín bóc vỏ và thái lát mỏng
- 4 muỗng canh nước cốt chanh tươi
- Cùi của 1 quả chanh dây chín
- ½ chén dầu thực vật
- Vỏ bào mịn của 1 quả chanh
- tiêu muối
- 2 3 muỗng canh. Mật ong

- ½ chén hồ đào xắt nhỏ

Xếp 6 đĩa salad với xà lách. Cắt bỏ phần mỡ còn sót lại trên gà.

Cắt gà thành miếng vừa ăn.

Xếp xen kẽ gà, bơ và đu đủ trên đĩa

Trộn nước cốt chanh, cùi, dầu, vỏ, muối, hạt tiêu và mật ong.

Đặt nước sốt trên mỗi món salad

Rắc hồ đào.

44. Salad bò cà ri hoa quả

Năng suất: 4 phần ăn

Nguyên liệu
- 12 ounce thịt bò nướng Deli; thái lát dày 1/4 inch
- 1 quả táo lớn; cắt thành miếng 1/2-inch
- 2 quả đào nhỏ; thành miếng 1/2 inch
- ¾ chén cần tây xắt nhỏ
- 1 củ hành lá; lát cắt
- 1 cốc sữa chua không béo
- 1½ muỗng canh tương ớt xắt nhỏ
- 1 muỗng cà phê bột cà ri
- Boston hoặc rau diếp
- 2 muỗng canh hạnh nhân xắt nhỏ

Chồng lát thịt bò; cắt đôi theo chiều dọc, sau đó cắt ngang thành các dải rộng 1 inch. Trong một bát lớn, kết hợp thịt bò, táo, xuân đào, cần tây và hành lá.

Trong một bát nhỏ, kết hợp sữa chua, tương ớt và bột cà ri cho đến khi kết hợp tốt.

Thêm vào hỗn hợp thịt bò và khuấy đều. Che và làm lạnh trong ít nhất một giờ.

Để phục vụ, sắp xếp rau diếp trên đĩa phục vụ; trên cùng với hỗn hợp thịt bò.

Rắc hạnh nhân

45. Salad Thổ Nhĩ Kỳ với cà ri, trái cây và các loại hạt

Năng suất: 4 phần ăn

Nguyên liệu
- ½ chén tương ớt
- 1 muỗng cà phê bột cà ri
- ½ muỗng cà phê gừng xay
- ⅓ cốc sữa chua nguyên chất
- 2½ chén gà tây; nấu chín, cắt nhỏ
- 1 quả đu đủ lớn; cắt đôi, bỏ hạt, gọt vỏ và thái lát
- 3 quả Kiwi; làm sạch, cắt làm đôi theo chiều dọc
- ¼ chén hạnh nhân thái lát chần; nướng
- lá mồng tơi; rửa sạch cuống, để ráo nước
- 4 gói tortilla

Kết hợp tương ớt, bột cà ri và gừng trong một cái chảo nhỏ. Đun sôi vừa
nhiệt. Nấu, thỉnh thoảng khuấy, trong 2-3 phút

Nó nguội đi một chút. Khuấy sữa chua. Cho nước sốt vào tô lớn; thêm gà tây.

Làm lạnh trong vài giờ. Nướng bánh tortilla theo hướng dẫn trên bao bì. Thêm đu đủ, kiwi và hạnh nhân vào hỗn hợp gà tây. Xếp các bát tortilla đã nguội bằng lá rau bina. Nhồi hỗn hợp gà tây vào từng vỏ.

Phục vụ ngay lập tức.

46. Salad tôm trái cây

Năng suất: 4 phần ăn

Nguyên liệu

- 2 chén trái cây cắt lát các loại
- 2 muỗng canh dầu
- 1 củ hẹ, thái lát mỏng
- 3 tép tỏi, thái lát mỏng
- Nước cốt chanh
- 1 muỗng cà phê muối Kosher
- 1 muỗng cà phê đường, hoặc nếm thử
- $\frac{1}{4}$ chén tôm nấu chín
- 2 muỗng canh đậu phộng rang băm nhỏ
- 1 quả ớt đỏ tươi, bỏ hạt và thái nhỏ

Cắt hoa quả thành miếng vừa ăn. Nếu sử dụng bưởi, hãy gọt vỏ từng múi và chia thành những miếng nhỏ bằng quả nho. Nếu nho có hạt, hãy tách ra và bỏ hạt. Cho những lát táo hoặc lê vào một ít nước cam quýt để ngăn chúng khỏi bị oxy hóa.

Trong chảo rán hoặc chảo nhỏ, đun nóng dầu trên lửa nhỏ và nhẹ nhàng chiên hẹ và tỏi cho đến khi có màu nâu nhạt. Vớt ra để ráo trên khăn giấy.

Trong một bát vừa, kết hợp nước cốt chanh, muối và đường (nếu dùng) và khuấy cho tan. Thêm trái cây, tôm và một nửa số tỏi và hẹ tây và trộn đều với nước sốt. Hương vị và điều chỉnh gia vị nếu cần thiết. Chuyển sang đĩa phục vụ và trang trí với tỏi và hẹ, quả phỉ và ớt còn lại.

47. Salad gà tây xông khói với trái cây

Năng suất: 6 phần ăn

Nguyên liệu
- 6 ounce Mostaccioli; thô
- $2\frac{1}{2}$ chén ức gà tây hun khói; cắt thành dải
- $1\frac{1}{2}$ cốc dưa đỏ; khối
- $\frac{1}{3}$ chén hành lá; lát cắt
- $1\frac{1}{2}$ cốc dâu tây; lát cắt
- $\frac{1}{2}$ chén hạnh nhân cắt lát; nướng
- $\frac{1}{3}$ cốc nước cốt chanh
- $\frac{1}{4}$ chén dầu
- $\frac{1}{4}$ cốc mật ong
- $\frac{1}{2}$ muỗng cà phê vỏ chanh nạo

Để nướng hạnh nhân, hãy trải các loại hạt lên một tấm bánh quy; Nướng ở 350 ~ trong 5-10 phút hoặc cho đến khi vàng nâu, thỉnh thoảng khuấy.

Nấu Mostaccioli đến độ chín mong muốn theo hướng dẫn trên bao bì. Sự rò rỉ ; rửa sạch với nước lạnh. Trong một bát lớn, kết hợp tất cả các thành phần salad trừ dâu tây và quả óc chó; phi Trong một cái lọ có nắp đậy kín, kết hợp tất cả các nguyên liệu thay đồ; lắc kỹ. Đổ salad; ném để trang trải. Che; để tủ lạnh trong 1-2 giờ để hòa quyện hương vị , thỉnh thoảng khuấy. Ngay trước khi phục vụ, khuấy nhẹ dâu tây và hạnh nhân.

48. Salad trái cây tôm

Năng suất: 4 phần ăn

Nguyên liệu
- 1 quả dưa chín; quý và hạt giống
- 1 quả xoài chín lớn; bóc vỏ và thái lát
- 200 gram tôm loại lớn; rã đông
- 4 muỗng canh sữa chua Hy Lạp tự nhiên
- 1 muỗng canh cà chua xay nhuyễn hoặc phơi nắng
- 2 muỗng canh sữa
- Muối và hạt tiêu đen mới xay
- 2 muỗng canh rau mùi tươi xắt nhỏ

Múc phần thịt ra khỏi các phần của quả dưa đỏ thành một miếng và cắt ngang thành 4-5 miếng. Xếp lớp dưa đỏ với xoài cắt lát để tạo thành hình bán nguyệt trên bốn đĩa.

Chia tôm thành từng quả hình bán nguyệt.

Trộn các nguyên liệu làm nước sốt với nhau và đổ lên trên một số loại trái cây để tạo thành một hoa văn hấp dẫn. Rắc ngò và để lạnh cho đến khi cần.

49. Gà hun khói và hoa quả lạ

Năng suất: 1 phần ăn

trong **độ dốc**
- 1 con gà hun khói
- 1 da chân được loại bỏ và thái hạt lựu
- 1 quả xoài; loại bỏ da và thái hạt lựu
- 2 quả cà chua mận chần; bóc vỏ, bỏ hạt
- 3 củ hành lá; lát cắt
- ¼ kilôgam; loại bỏ hạt và thái nhỏ
- 2 muỗng canh giấm ớt
- Creme Fraiche
- 2 muỗng canh Rau mùi; băm nhỏ
- 1 muỗng canh dầu ớt

- 1 muỗng canh giấm balsamic

Loại bỏ tất cả da và xương từ thịt gà và xúc xắc.
Trộn xoài, đu đủ, cà chua, hành lá, ớt, giấm và một ít nước cốt chanh.

Đổ đầy hỗn hợp trái cây vào một chiếc nhẫn cao 6 cm và 2 cm.

Trộn gà hun khói với crème fraîche.
Đặt một cm khác trên đó.

Trộn trong vòng. Rắc rau mùi và loại bỏ chiếc nhẫn.
Trộn dầu ớt, giấm balsamic và mưa phùn xung quanh nó.

50. Salad quả việt quất

Năng suất: 4 phần ăn

Nguyên liệu
- Gói 6 ounce Raspberry Gelatin
- 2 chén nước sôi
- 16 ounce nước sốt nam việt quất hồ hóa
- 8¾ oz Chén dứa nghiền
- ¾ cốc nước cam tươi
- 1 muỗng canh nước cốt chanh tươi

- ½ chén quả óc chó xắt nhỏ

Hòa tan gelatin trong nước sôi. Chia nhỏ và trộn nước sốt nam việt quất, dứa chua gọt vỏ, nước cam, nước chanh và quả óc chó.

Đổ vào một cái chảo nhỏ. Làm lạnh cho đến khi chắc chắn.

Cắt thành hình vuông và phục vụ trên lá rau diếp với nước sốt salad.

SALAD TRÁI CÂY

51, Salad anh đào đen sốt trái cây ngọt

Năng suất: 6 phần ăn

Nguyên liệu
- 2 cốc anh đào đen; đóng hộp, đọ sức
- 3½ cốc dứa; đóng hộp, cắt thành miếng nhỏ
- 1 gói bột gelatin màu cam
- ½ muỗng cà phê gelatin không hương vị

- Vài giọt nước cốt chanh
- ½ chén đường
- 2 muỗng cà phê bột mì
- 1 lòng đỏ trứng gà
- Nước cốt 1 quả chanh
- ½ chén nước dứa hoặc mơ
- 1 thìa muối
- 1 cốc kem nặng; quất roi

Ngâm gelatin không có hương vị trong 2 muỗng canh nước lạnh. Thêm ½ chén nước sôi và khuấy cho đến khi hòa tan. Để ráo quả mọng và dứa. Đổ nước trái cây vào cốc đo lường và thêm nước để tạo thành $1\frac{3}{4}$ cốc. Đun nóng nước trái cây và đổ nó lên gelatin màu cam. Trộn cho đến khi hòa tan.
Kết hợp hỗn hợp gelatin. Để nguội trong chảo nhỏ.

XAY TRÁI CÂY NGỌT: Trộn đều đường, bột mì và muối. Thêm nước trái cây và lòng đỏ trứng. Đun sôi gấp đôi cho đến khi đặc lại. Để nguội và thêm kem tươi trước khi ăn. Phục vụ trên một lá rau diếp.

52. Salad hoa quả bắp cải sốt kem

Năng suất: 4 phần ăn

Nguyên liệu
- 2 chén bắp cải; Thô, vụn
- 1 quả táo vừa, thái hạt lựu, gọt vỏ
- 1 thìa nước cốt chanh
- ½ cốc nho khô
- ¼ cốc nước dứa
- 1½ muỗng cà phê nước cốt chanh
- ¼ muỗng cà phê muối
- 1 thìa đường
- ½ cốc kem

Chuẩn bị bắp cải và táo. Dùng 1 thìa nước cốt chanh để làm ẩm táo cắt hạt lựu để táo không bị thâm. Bỏ bắp cải, nho khô và táo. Trộn nước ép trái cây, muối và đường. Thêm kem, trộn cho đến khi đồng nhất; thêm vào món salad và phục vụ lạnh.

53. Salad cherry sốt sữa chua

Năng suất: 1 phần ăn

Nguyên liệu
- 2 chén anh đào ngọt
- 1 quả dứa nhỏ
- 1 múi bưởi
- 1 múi cam
- ½ quả dưa đỏ nhỏ
- ½ chén lát hạnh nhân nướng
- Sốt sữa chua với cam

Sắp xếp trái cây trên đĩa phục vụ; rắc hạnh nhân. Phục vụ với mặc quần áo.

54, Salad trái cây sốt kem amaretto

Năng suất: 4 phần ăn

Nguyên liệu
- $\frac{1}{4}$ lít quả mâm xôi
- $\frac{1}{4}$ lít quả việt quất
- $\frac{1}{4}$ lít Dâu tây rửa sạch, cắt làm đôi
- $\frac{1}{4}$ chén múi cam, thái hạt lựu
- $\frac{1}{4}$ chén múi bưởi, thái hạt lựu
- $\frac{1}{4}$ chén táo Granny Smith, thái hạt lựu
- $\frac{1}{4}$ chén nho xanh
- $\frac{1}{4}$ chén đào, thái hạt lựu

- $\frac{1}{4}$ chén quả mơ, thái hạt lựu
- $\frac{1}{4}$ chén nước cốt chanh
- $\frac{1}{4}$ chén Cộng với 1 muỗng canh đường
- 1 muỗng cà phê bạc hà xắt nhỏ
- $\frac{1}{4}$ chén kem nặng
- 2 lòng đỏ trứng
- $\frac{1}{4}$ chén rượu mùi Amaretto

Trộn tất cả trái cây, nước cốt chanh, đường và bạc hà. Đậy nắp và làm lạnh món salad qua đêm.

Ngày hôm sau, đun sôi kem và đặt chảo sang một bên để nguội một chút. Đánh lòng đỏ trứng và 2 thìa đường còn lại với nhau.

Khi kem đã nguội, cho hỗn hợp trứng và đường vào khuấy đều. Lọc nước sốt và khuấy trong rượu. Phục vụ trong một bình nhỏ để đổ lên từng món salad

55, cocktail trái cây kẹo dẻo

Năng suất: 1 phần ăn

Nguyên liệu
- 8 ounce SỮA đánh bông
- 3 lon (15 oz) cocktail trái cây trong xi-rô nặng
- 2 cốc dừa nạo
- 3 cốc kẹo dẻo nhỏ
- 2 chén nho khô
- 2 quả chuối vừa

Mở lon và xả xi-rô. Đặt cocktail vào một cái bát LỚN. Cắt chuối thành miếng vừa ăn. Thêm các thành phần khác; khuấy hỗn hợp kết hợp với mỗi bổ sung mới. Thêm phần trên cùng đã đánh bông vào cuối cùng; đảm bảo rằng nó được trộn đều trong hỗn hợp.

Làm lạnh trong vài giờ.

56. Salad cam

Năng suất: 12 phần ăn

Nguyên liệu
- 2 chén nước sôi chia
- 1 gói (3 oz) thạch chanh
- 2 cốc đá viên, chia
- 1 gói (3 Oz) thạch màu cam
- 1 lon (20 Oz) dứa nghiền
- 2 cốc Tối thiểu. kẹo dẻo
- 3 quả chuối lớn thái lát
- ½ chén phô mai cheddar bào nhỏ
- 1 cốc nước ép dứa dành riêng
- ½ chén đường

- Trứng bị đánh đập
- 1 muỗng canh ô liu
- 1 cốc kem tươi
- 2 muỗng canh bột bắp

Đổ vào khay nướng 13"x9"x2. Làm lạnh cho đến khi cứng lại. Lặp lại với gelatin màu cam, đá và nước còn lại. Cho kẹo dẻo vào khuấy đều. Đổ lớp chanh lên trên; phục vụ trong tủ lạnh cho đến khi cứng lại. Để làm nước xốt, kết hợp nước dứa, đường trứng, bột ngô và bơ trong chảo. Nấu trên lửa vừa, khuấy liên tục cho đến khi đặc lại. Đậy nắp và để tủ lạnh qua đêm. Ngày hôm sau, xếp chuối đã đánh bông lên trên thạch.

Kết hợp mặc quần áo với kem đánh bông; phết lên chuối, rắc phô mai. Vui thích! 5/4

Salad trái cây tam thất

Năng suất: 6 phần ăn

Nguyên liệu
- 1 lít xà lách Ice Berg miếng
- 2 cốc bánh táo; thái nhỏ
- 2 quả chuối lớn; Cắt tỉa
- ½ cốc nho khô
- ¼ chén bơ đậu phộng
- 3 thìa mật ong
- ¼ cốc sữa
- ½ chén nước sốt salad Miracle Whip

Kết hợp rau diếp và trái cây, trộn nhẹ nhàng để kết hợp.

ĐỐI VỚI QUẦN ÁO: Kết hợp bơ đậu phộng và mật ong, sau đó thêm dần sữa.

Thêm băng và trộn đều cho đến khi kết hợp tốt. Làm lạnh cho đến khi phục vụ thời gian.

58. Salad trái cây kem

Năng suất: 6 phần ăn

Nguyên liệu
- 1 chén dâu tây; quý
- 1 chén dưa đỏ; thành từng mảnh
- 6 quả dâu tây; trọn
- 1 quả táo; lõi và cắt nhỏ
- 20 quả nho; xanh không hạt
- ½ chén dứa; thành từng mảnh
- ½ chén múi quýt
- 1½ chén Topping
- 2 thìa cốt dừa; xắt nhỏ và chiên

Trong một cái bát 2 lít, kết hợp trái cây, ngoại trừ cả quả mọng; đậy bằng màng nhựa và để trong tủ lạnh cho đến khi được làm lạnh kỹ, ít nhất 2 giờ.

Cách phục vụ: Trong mỗi 6 cốc parfait hoặc sundae, múc 2 thìa topping đánh bông* đông lạnh không chứa sữa đã rã đông) và cho $\frac{1}{4}$ thìa trái cây hỗn hợp lên trên mỗi phần ăn.

Rưới 1 lít hỗn hợp trái cây đã đánh bông lên trên mỗi phần trái cây, sau đó cho một lượng tương đương hỗn hợp trái cây còn lại.

Rắc 1 thìa dừa lên trên mỗi phần trái cây và trang trí bằng 1 quả mọng. 1 khẩu phần = 116 calo.

59. Salad hoa quả Dixie

Năng suất: 1 phần ăn

Nguyên liệu
- 1½ chén táo ngon; thái hạt lựu ⬜ 1½ cốc lựu
- ½ chén nho khô không hạt; đun sôi
- ¼ chén đường
- ¼ cốc quả óc chó; băm nhỏ
- ¼ chén hạnh nhân; băm nhỏ
- 1½ cốc nước xốt salad dạng kem;

Kết hợp tất cả các thành phần ngoại trừ nước xốt salad kem. Nhẹ nhàng trộn với nước xốt salad kem.

Để ướp trong nửa giờ trong tủ lạnh. Phục vụ trên lá rau diếp giòn và bạn có một món ăn phù hợp cho những người sành ăn nhất. Một số biến thể đã len lỏi vào công thức ban đầu và bây giờ chúng tôi tìm thấy các loại trái cây khác được thêm vào. Dứa, chuối, lê và anh đào bỏ hạt là những thực phẩm bổ sung phổ biến.

Nho khô không hạt thường được thay thế bằng nho khô không hạt tươi hoặc đóng chai. Có thể phục vụ kem tươi, có đường với sự kết hợp của trái cây và các loại hạt. "Dixie Salad" thường được chứng minh là món tráng miệng cho thực đơn ngày lễ đó.

60, Salad trái cây nhiệt đới kem

Năng suất: 4 phần ăn

Nguyên liệu
- 1 lon (15,25 oz) salad trái cây nhiệt đới; làm khô hạn
- 1 quả chuối; lát cắt
- 1 cốc topping đông lạnh; rã đông

Trong một bát vừa, kết hợp tất cả các thành phần; quăng nhẹ nhàng để áo khoác.

61, Salad trái cây kiểu Philippines

Năng suất: 3 phần ăn

Nguyên liệu
- 1½ chén kem nặng
- gói 8 oz. kem phô mai
- 3 lon cocktail trái cây 14 ounce, để ráo nước
- 14 miếng dứa mỗi ounce, để ráo nước
- 14 hộp vải thiều mỗi ounce, để ráo nước
- 1 chén dừa
- Gói 8 ounce hạnh nhân xắt nhỏ
- 1½ chén táo thái hạt lựu

Trộn heavy cream và cream cheese cho đến khi sánh mịn như nước sốt. Kết hợp với các thành phần khác và trộn đều, làm lạnh qua đêm.

Có thể bỏ qua rượu mùi, dùng cocktail trái cây nhiệt đới thay cho cocktail trái cây thông thường, pha thành bốn lon. Tôi cũng tình cờ bỏ đi hạnh nhân.

Người Philippines sử dụng một thứ gọi là Kem Nestles, nhưng không dễ tìm.

62, Salad trái cây với chanh

Năng suất: 1 phần ăn

Nguyên liệu
- 1 gói (3 oz) hỗn hợp bánh pudding chanh ăn liền
- 1 lon (16 oz) cocktail trái cây, bao gồm nước trái cây
- 1 lon (14 oz) dứa nghiền, bao gồm nước trái cây
- 1 lon quýt, để ráo nước
- 1 hộp (8 oz) roi lạnh, rã đông
- 1 cốc kẹo dẻo thu nhỏ

Kết hợp tất cả mọi thứ trong một bát lớn. Khuấy đều. Làm lạnh trong khoảng 24 giờ trước khi phục vụ. Nếu muốn, hãy đặt vào chảo bánh thay vì bát. Sau đó nó có thể được cắt thành hình vuông để phục vụ.

Quả óc chó, anh đào maraschino và dừa cũng có thể được thêm vào nếu muốn. Không, vì gia đình tôi không quan tâm đến điều đó.

Tuyệt vời cho bữa trưa đóng hộp sẽ ở trong tủ lạnh cho đến giờ ăn trưa.

63, Haupia với salad trái cây lạ miệng

Năng suất: 4 phần ăn

Thành phần
cho Haupia:
- 1½ chén nước cốt dừa
- 4 đến 6 muỗng canh đường
- 4 đến 6 muỗng canh bột bắp
- ¾ chén nước Đối với nước sốt:
- ½ cốc nước ép chanh dây
- 1 chén đường

Đối với món salad trái cây: ☐☐2 quả kiwi cắt khối vuông
- 1 quả dứa thái hạt lựu

- 1 trái đu đủ thái hạt lựu
- 8 miếng vải 1 quả chuối cắt lát
- 1 lát xoài
- 8 nhánh bạc hà tươi

Haupia: Đổ nước cốt dừa vào nồi. Kết hợp đường và bột ngô; hòa vào nước và trộn đều.
Khuấy hỗn hợp đường vào nước cốt dừa.

Nấu và khuấy trên lửa nhỏ cho đến khi đặc lại. Đổ vào chảo vuông 8 inch và để trong tủ lạnh cho đến khi cứng lại. Dùng khuôn cắt bánh quy cắt thành hình giọt nước hoặc ngôi sao.

Đun sôi các thành phần nước sốt. Làm lạnh. Kết hợp các thành phần salad trái cây, trộn với nước sốt và đặt sang một bên.

Đặt 3-4 miếng Haupia lên đĩa lạnh, xếp hoa quả xung quanh. Trang trí với bạc hà tươi.

64, Salad trái cây sốt bạc hà

Năng suất: 6 phần ăn

Nguyên liệu
- ½ cốc sữa chua nguyên chất
- 1 thìa Mật ong; để nếm thử (tối đa 2)
- 1 thìa Amaretto; để nếm thử (tối đa 2)
- ½ muỗng cà phê chiết xuất vani
- 1 thìa hạt nhục đậu khấu
- 2 muỗng canh bạc hà tươi xắt nhỏ
- 5 cốc đầy trái cây tươi; cắt thành miếng
- Toàn bộ lá bạc hà để trang trí

Kết hợp tất cả các thành phần thay đồ trong một bát nhỏ và trộn cho đến khi mịn. Kết hợp trái cây trong một bát trộn. Thêm nước sốt và trộn đều.

Chuyển sang một bát phục vụ và trang trí với toàn bộ lá bạc hà. Che và làm lạnh một thời gian ngắn trước khi phục vụ.

SALAD TRÁI CÂY CÓ RƯỢU

65. Salad trái cây với rượu sâm panh

Năng suất: 1 phần ăn

Nguyên liệu
- 8 ounce pho mát kem
- ½ chén đường
- 12 ounce kẹo dâu tây; (rã đông)
- 16 ounce dứa nghiền
- 2 hoặc 3 quả chuối; thái hạt lựu
- ½ hoặc 1 chén quả óc chó xắt nhỏ

- 1 hộp lớn Cool Whip

Đánh kem phô mai và đường bằng máy đánh trứng

Trộn tất cả mọi thứ cho đến khi đồng nhất.

Rắc các loại hạt. Để nguội và phục vụ.

66, Salad trái cây tươi sốt rượu rum mật ong

Năng suất: 6 phần ăn

Nguyên liệu
- 1 muỗng canh gừng kết tinh xắt nhỏ
- ½ cốc nước cam không đường
- 2 thìa mật ong
- ½ muỗng cà phê chiết xuất rượu rum
- 2 nửa chén dâu tây
- 2 quả Kiwi; bóc vỏ, thái lát
- 1 quả đu đủ; bóc vỏ, thái lát

Trong một cái chảo nhỏ, kết hợp các thành phần thay đổ. Đun sôi; loại bỏ nhiệt. Làm mát đến nhiệt độ phòng.

Trong một bát vừa, kết hợp trái cây. Đổ nước sốt lên hỗn hợp trái cây; ném nhẹ. Làm lạnh trong 1 giờ để trộn hương vị , thỉnh thoảng khuấy.

67. Trái cây và rượu compote

Năng suất: 4 phần ăn

Nguyên liệu
- 4 quả lê nhỏ
- 1 quả cam
- 12 quả mận khô
- thanh quế 1 inch
- 2 hạt rau mùi
- 1 cây đinh hương
- ¼ lá nguyệt quế
- ⅓ đậu vani
- 4 muỗng canh đường cát

- 1½ chén rượu vang đỏ ngon

Gọt vỏ lê, rửa sạch và cắt cam thành lát ½ cm (¼ in).

Nhẹ nhàng đặt những quả lê, hướng lên trên, trong một cái chảo. Đặt mận giữa quả lê và thêm quế, hạt rau mùi, đinh hương, lá nguyệt quế, vani và đường thầu dầu.

Đặt những lát cam lên trên và thêm rượu vang. Nếu cần, thêm nước để có đủ chất lỏng bao phủ trái cây.

Đun sôi, giảm nhỏ lửa và đun lê trong 25 đến 30 phút cho đến khi mềm. Để trái cây nguội trong chất lỏng.

Loại bỏ các gia vị và phục vụ trái cây và chất lỏng trong một bát phục vụ hấp dẫn.

68. Salad hoa quả thanh nhiệt

Năng suất: 1 phần ăn

Nguyên liệu
- 1 chén quả sung
- 2 cốc nước ép táo
- 4 quả táo
- ½ cốc rượu rum hoặc rượu mạnh
- ¼ chén đường nâu
- ½ muỗng cà phê hạt nhục đậu khấu
- 75 gram bơ
- 2 quả trứng
- ½ chén đường bột

- 1 muỗng cà phê tinh chất vani
- 1 chén bột mì
- 1 muỗng canh rượu rum hoặc cognac
- Đường mịn

Cho quả sung vào nồi với nước táo và ngâm trong 2 giờ.

Gọt vỏ táo và cắt làm tư, loại bỏ lõi. Đun nóng quả sung với rượu rum, đường nâu và táo Đun nhỏ lửa cho đến khi táo mềm. Khuấy hạt nhục đậu khấu.

Ăn nóng với rượu rum Madeleine.

Đối với bánh madeleine: Bôi trơn các hộp bánh madeleine hoặc hộp bánh nhỏ và rắc bột mì. Đun chảy bơ và để nguội.

Đánh trứng, đường và vani cho đến khi đặc và nhẹ. Rây bột mì và trộn qua hỗn hợp trứng bơ và rượu rum. Nướng ở 200 C trong 8 phút.

69, Salad hoa quả rượu trắng

Năng suất: 8 phần ăn

Nguyên liệu
- 2 thìa đường
- ½ chén rượu trắng khô
- 1½ muỗng cà phê vỏ chanh nạo
- 2 thìa nước cốt chanh tươi
- 4 cốc mật ong viên hoặc khối
- 4 chén quả bóng hoặc khối dưa đỏ
- 1 chén nho xanh không hạt
- Rau xà lách

Trong một bát cạn, hòa tan đường trong hỗn hợp rượu, vỏ chanh và nước cốt chanh, khuấy liên tục. Nhẹ nhàng gấp trái cây vào. Thư giãn trong hai giờ, thỉnh thoảng quăng. Để ráo nước và phục vụ trên một lớp salad xanh.

70, Salad trái cây Sri Lanka

Năng suất: 1 phần ăn

Nguyên liệu
- 2 quả xoài; nướng
- 1 quả đu đủ; nướng
- 1 quả dứa
- 2 quả cam
- 2 quả chuối
- 1 Chanh, nước ép của
- 110 gam nước đường
- 1 muỗng cà phê vani
- 25 ml rượu rum

Gọt vỏ và cắt xoài, đu đủ và dứa. Gọt vỏ cam, bỏ hạt và cắt thành từng miếng. Gọt vỏ và cắt lát chuối và rắc nước cốt chanh để chuối không bị đổi màu.

Nhẹ nhàng ném tất cả trái cây vào bát salad. Đun sôi đường và nước với nhau, khi đường tan hết thì tắt bếp và để nguội. Thêm tinh chất vani và rượu rum vào xi-rô đường và đổ lên món salad trái cây. Để ngăn mát tủ lạnh trước khi ăn.

71, Sa lát hoa Mimosa

Năng suất: 8

Thành phần
- 3 quả kiwi, gọt vỏ và thái lát
- 1 c.quả mâm xôi
- 1 muỗng canh quả việt quất
- 1 muỗng canh dâu tây, làm tư
- 1 muỗng canh dứa, cắt miếng nhỏ
- 1 c Prosecco, ướp lạnh
- 1/2 c. nước cam tươi vắt
- 1 thìa. Mật ong
- 1/2 c bạc hà tươi

Trong một bát lớn, kết hợp tất cả các loại trái cây.

Đổ Prosecco, nước cam và mật ong lên trái cây và trộn đều.

Trang trí với bạc hà và phục vụ.

72, Salad trái cây Mojito

THÀNH PHẦN
- 4 chén dưa hấu xắt nhỏ
- 1 lb dâu tây, xắt nhỏ
- 6 oz quả mâm xôi
- 6 oz quả việt quất
- 1/4 chén gói bạc hà, xắt nhỏ
- 1/4 cốc nước cốt chanh tươi
- 3 thìa đường bột

Cho dưa hấu, dâu tây, mâm xôi, việt quất và bạc hà vào tô lớn. Trộn nước cốt chanh và đường bột trong một cái bát nhỏ, sau đó đổ lên trái cây và quả mọng.

Dùng thìa đảo nhẹ nhàng, sau đó cho vào tủ lạnh ít nhất 15 phút trước khi dùng để nước ép tự nhiên của trái cây bắt đầu tiết ra.

73, Salad trái cây Margarita

Năng suất: 1 phần ăn

Nguyên liệu

- 1 quả dưa đỏ và dưa vàng, cắt miếng
- 2 quả cam và bưởi, gọt vỏ và cắt
- 1 quả xoài, gọt vỏ và thái hạt lựu
- 2 chén dâu tây, giảm một nửa
- ½ chén đường
- ⅓ cốc nước cam
- 3 muỗng canh rượu Tequila
- 3 muỗng canh rượu mùi cam
- 3 muỗng canh nước cốt chanh
- 1 chén dừa tươi nạo thô

Kết hợp trái cây, đặt sang một bên. Trong một cái chảo nhỏ, nấu đường và nước cam trên lửa vừa và cao, khuấy đều trong 3 phút hoặc cho đến khi đường tan.

Khuấy rượu tequila, rượu mùi và nước cốt chanh. Để nguội đến nhiệt độ phòng.

Kết hợp với trái cây. Che và làm lạnh trong ít nhất hai giờ hoặc qua đêm. Ngay trước khi phục vụ, rắc dừa.

SALAD HOA QUẢ ĐÔNG LẠNH

74, Cốc trái cây đông lạnh cho trẻ em

Thành phần

- 5 gói. Gelatin chanh không đường
- 10 cốc nước sôi
- 5 hộp Dứa miếng không đường
- 5 lon (11 oz mỗi lon) cam quýt, để ráo nước
- 5 lon nước cam cô đặc đông lạnh
- 5 quả chuối lớn, cứng, thái lát

Trong một bát rất lớn, hòa tan gelatin trong nước sôi; mát trong 10-15 phút. Trộn các thành phần còn lại. Đặt trong cốc giấy bạc

Đặt trong chảo cupcake nếu muốn.

Đóng băng cho đến khi chắc chắn. Lấy ra khỏi tủ đông 2030 phút trước khi ăn.

75, Salad trái cây đông lạnh kem

Năng suất: 12 phần ăn

Nguyên liệu
- ¼ chén đường
- ½ muỗng cà phê muối
- 1½ muỗng canh bột mì đa dụng
- ¾ chén xi-rô chảy ra từ trái cây
- 1 quả trứng; hơi bị đánh
- 2 muỗng canh giấm
- 1 chén Để ráo nước; lê đóng hộp thái hạt lựu
- ¾ chén dứa cắt miếng
- 2 chén nhuyễn; chuối chín vừa
- ½ cốc để ráo nước; anh đào maraschino xắt nhỏ

- 1 chén hồ đào xắt nhỏ
- ⅔ cốc sữa cô đặc
- 1 muỗng canh nước cốt chanh tươi

Kết hợp đường, muối và bột trong một cái chảo. Thêm xi-rô trái cây, trứng và giấm. Nấu trên lửa vừa, khuấy liên tục cho đến khi đặc lại. Lạnh.

Thêm trái cây và các loại hạt vào hỗn hợp đã nguội. Làm lạnh sữa cô đặc trong tủ đông cho đến khi các tinh thể đá mềm hình thành (khoảng 10 đến 15 phút)

Đánh cho đến khi cứng, khoảng 1 phút. Thêm nước cốt chanh; đánh thêm 1 phút cho thật mạnh. Gấp trong hỗn hợp trái cây.

Đổ vào chảo 6-½ chén dầu nhẹ

76. Salad trái cây đông lạnh của bà

Năng suất: 6 phần ăn

Nguyên liệu
- 1 hộp cocktail trái cây
- 1 hộp mơ nửa
- 1 hộp Dứa miếng
- 4 ounce kẹo dẻo thu nhỏ
- 1 gói gelatin không hương vị
- 4 ounce anh đào Maraschino
- 4 ounce pho mát kem mềm
- $\frac{1}{2}$ chén nước xốt salad
- $\frac{3}{4}$ chén kem tươi
- Thêm mơ và bạc hà

Đổ cocktail trái cây, quả mơ và dứa. Đặt trái cây vào một cái bát lớn. Thêm kẹo dẻo. Để qua một bên.

Đặt nước ép trái cây trong một cái chảo. Khuấy trong gelatin. Đặt trên lửa vừa. Đun nóng, khuấy, cho đến khi gelatin hòa tan

Nó nguội đi một chút. Đổ lên trái cây. Khuấy anh đào thái hạt lựu và nước ép anh đào.

Trong một bát riêng, trộn đều pho mát kem và nước xốt salad.

Thêm hỗn hợp trái cây, trộn đều.

Che và làm lạnh cho đến khi thiết lập một phần. Thêm kem. Chuyển sang đĩa phục vụ 7 $1\frac{1}{5}$ x 11 inch.

Đậy nắp và làm lạnh từ 4 đến 6 giờ hoặc qua đêm. Cắt thành hình vuông để phục vụ. Trang trí với quả mơ và một nhánh bạc hà.

77. Cốc riêng cho salad trái cây đông lạnh

Năng suất: 1 phần ăn

Nguyên liệu
- 2 chén kem chua
- 2 thìa nước cốt chanh
- ½ chén đường
- 1 lon dứa nghiền; (8 oz) ráo nước
- 1 quả chuối; thái hạt lựu
- Màu thực phẩm đỏ
- ½ chén hồ đào xắt nhỏ
- 1 lon anh đào; (16 oz) ráo nước

Kết hợp kem, nước cốt chanh, đường, dứa, chuối và đủ màu thực phẩm để tạo màu hồng cho hỗn hợp. Nhẹ nhàng cho quả óc chó và quả anh đào vào. Thìa vào những chiếc cốc giấy muffin có rãnh đã được đặt trong hộp thiếc muffin. Đóng băng chất rắn.

Lấy ra khỏi hộp bánh nướng xốp và bọc chặt trong bọc nhựa. Bảo quản trong tủ đông

Rã đông khoảng 15 phút trước khi phục vụ.

Để phục vụ, bóc cốc giấy và đặt nó lên một lá rau diếp. Trang trí với một quả anh đào.

78, Salad thạch trái cây

Năng suất: 1 phần ăn

Nguyên liệu
- 1 hộp trái cây tổng hợp lớn
- 2 quả chuối, thái lát
- Cocktail trái cây, để ráo nước
- quýt, ráo nước
- Roi lạnh, rã đông
- thạch dâu tây

Kết hợp trái cây với roi mát. Rắc thạch (để nếm thử) từ gói vào hỗn hợp. Trộn và làm lạnh.

79, Salad trái cây đông lạnh Kentucky

Năng suất: 8 phần ăn

Nguyên liệu
- 2 quả chanh; nước trái cây của
- ⅛ muỗng cà phê muối
- ¾ cốc nước ép dứa
- 4 thìa đường
- 3 lòng đỏ trứng
- 3 muỗng canh bột mì

- 1 hộp dứa miếng
- 1 hộp cherry Royal Anne không hạt
- Vài quả anh đào Maraschino đỏ và xanh xắt nhỏ
- 1 cốc kem tươi
- quả hạnh; không bắt buộc
- $\frac{1}{4}$ kg kẹo dẻo

Trộn nước cốt chanh, muối, nước dứa, đường, lòng đỏ trứng và bột mì. Nấu cho đến khi nó đặc lại. Lạnh.

Thêm miếng dứa, anh đào và kẹo dẻo.

Cho kem đã đánh bông vào.

Đổ đầy các khay đá viên rỗng và đóng băng.

Cắt lát và phục vụ trên lá rau diếp. Nó có thể được chuẩn bị một vài ngày trước khi phục vụ.

80. Salad hoa quả cho bé

Năng suất: 5 cốc

Nguyên liệu
- Cocktail trái cây 17 ounce, để ráo nước
- $1\frac{1}{2}$ chén kẹo dẻo thu nhỏ
- 2 quả chuối vừa, thái lát
- 1 quả táo vừa, xắt nhỏ
- 2 thìa nước cốt chanh
- $\frac{1}{4}$ chén anh đào Maraschino, giảm một nửa
- $1\frac{1}{2}$ cốc Roi mát

Khuấy táo và chuối đã cắt lát vào nước cốt chanh để không bị thâm.

Trong một bát lớn, kết hợp tất cả các thành phần ngoại trừ coolwhip. Nhẹ nhàng gấp trong coolwhip. Che; làm lạnh cho đến khi phục vụ.

Những đứa trẻ đào nó - tôi nghĩ đó là đòn roi mà chúng thích.

SALAD TRÁI CÂY VỚI MÌ VÀ NGŨ CỐC

81. Mật ong từ món salad mì ống trái cây

Năng suất: 8 phần ăn

Nguyên liệu
- 1½ chén Rotini (mì ống hình xoắn ốc)
- ½ cốc nho khô
- 1 chén nho không hạt giảm một nửa
- 2 hoặc 3 quả đào hoặc xuân đào đã bóc vỏ, thái nhỏ
- ½ chén cần tây thái lát

- ¼ chén quả óc chó nướng xắt nhỏ
- Hộp 4 ounce pho mát kem mềm
- ¼ cốc vani hoặc sữa chua nguyên chất ít béo
- 2 đến 3 thìa mật ong
- ½ muỗng cà phê vỏ chanh nạo
- 2 thìa nước cốt chanh
- 2 muỗng canh Whipping cream để đánh kem

Nấu mì ống theo hướng dẫn trên bao bì; để ráo nước và để nguội.

Trong khi đó, nho khô căng mọng, nếu muốn: Trong một bát lớn, đổ nước sôi lên nho khô

Để yên trong 5 phút. Thoát nước tốt. Thêm nho, đào hoặc quả xuân đào, cần tây, quả óc chó và mì ống đã nguội vào nho khô đã ráo nước.

Trong một bát vừa, kết hợp pho mát kem, sữa chua, mật ong và vỏ chanh và nước cốt chanh. Đánh bằng máy trộn điện ở tốc độ trung bình cho đến khi gần như mị n và trộn đều. Cho kem tươi vào khuấy đều.

Đổ nước sốt lên hỗn hợp mì ống; ném để áo khoác. Đậy nắp và làm lạnh trong 2 đến 6 giờ. Nếu cần, hãy thêm một ít sữa để làm ẩm món salad trước khi ăn.

82. Cơm salad trái cây và các loại hạt

Năng suất: 4 phần ăn

Nguyên liệu
- 125 gram hỗn họp gạo hạt dài và gạo hoang dã; nấu chín
- Quýt múi hộp 298 gam;
- 4 củ hành lá; cắt lát theo đường chéo
- ½ quả ớt xanh; hạt và thái lát
- 50 gram nho khô
- 50 gram hạt điều
- 15 gram hạnh nhân mảnh
- 4 muỗng canh nước cam
- 1 muỗng canh giấm rượu trắng
- 1 muỗng canh dầu
- 1 nhúm nhục đậu khấu

- Muối và hạt tiêu đen mới xay

Cho tất cả các nguyên liệu làm salad vào tô và trộn đều.

Trong một bát riêng, trộn tất cả các nguyên liệu để làm nước sốt.

Đổ nước sốt lên salad, trộn đều
và chuyển sang một bát phục vụ.

83. Salad trái cây với các loại hạt

Năng suất: 4 phần ăn

Nguyên liệu
- 1 quả dưa
- mỗi quả 2 quả cam
- 1 chén nho xanh
- Lá rau diếp
- 12 nửa quả óc chó mỗi cái
- 8 ounce sữa chua
- 1 thìa nước cốt chanh
- 1 muỗng canh nước cam
- 1 thìa Catsup cà chua

- 2 muỗng canh sữa bay hơi
- Muối; dấu gạch ngang
- Tiêu sọ; dấu gạch ngang

Loại bỏ dưa đỏ bằng dưa đỏ. Gọt vỏ cam, loại bỏ màng trắng và cắt lát ngang.

Cắt nho làm đôi và loại bỏ hạt. Lót một chiếc bát thủy tinh với lá rau diếp; sắp xếp các quả bóng dưa đỏ, lát cam, nho và quả óc chó thành từng lớp trên rau diếp. Trộn và trộn đều tất cả các nguyên liệu làm nước sốt. Điều chỉnh gia vị.

Đổ nước sốt lên trái cây. Để lại các thành phần salad ướp trong 30 phút. Quăng salad ngay trước khi phục vụ.

84. Salad trái cây mì ống

Năng suất: 1 phần ăn

Nguyên liệu
- ¾ chén đường
- 2 quả trứng
- 2 muỗng canh bột mì
- ½ muỗng cà phê muối
- 2 hộp vừa
- 2 hộp vừa
- 12 ounce roi lạnh
- Nghiền dứa
- quýt
- Orzo, nấu chín

Trong một cái chảo, trộn dứa và nước cam với đường, trứng, bột mì và muối. Nấu cho đến khi nó đặc lại. Kết hợp với orzo. Làm lạnh qua đêm.

Trước khi phục vụ, thêm trái cây và quất lạnh.

85, Salad trái cây với couscous

Năng suất: 4 phần ăn

Nguyên liệu
- 1½ cốc nước
- ¼ muỗng cà phê muối
- 1 chén couscous thô
- ½ cốc sữa chua vani không béo
- ½ muỗng cà phê vỏ chanh nạo
- 1 muỗng canh nước cốt chanh
- 1 thìa mật ong
- 4 giọt nước sốt ớt cay
- ½ chén cần tây thái lát; xắt lát mỏng
- 2 muỗng canh hành lá cắt thành lát

- 2 muỗng canh hồ đào xắt nhỏ
- 1 muỗng canh rau mùi xắt nhỏ
- 2 Bóc vỏ; Kiwi xắt nhỏ
- 1 quả Bóc vỏ; xoài rỗ, thái lát
- 12 quả dâu tây

Trong một cái chảo nhỏ, kết hợp nước và muối. Đun sôi. Loại bỏ nhiệt; khuấy trong couscous ngay lập tức. Che; để yên trong 5 phút.

Dùng nĩa đánh tơi couscous; mát 20 phút đến nhiệt độ phòng. Trong khi đó, trong một bát nhỏ, kết hợp tất cả các nguyên liệu thay đồ; Khuấy đều.

Trong một bát vừa, kết hợp cần tây, hành tây, hồ đào, rau mùi, kiwi, nước sốt và couscous; quăng nhẹ nhàng để áo khoác. Phục vụ ngay lập tức hoặc làm lạnh cho đến khi phục vụ.

Để phục vụ, múc hỗn hợp couscous lên 4 đĩa

Sắp xếp trang trí các lát xoài và dâu tây xung quanh hỗn hợp couscous.

86, Salad trái cây và bulgur

Năng suất: 5 phần ăn

tôi dốc
- 3 cốc nước
- ½ chén đậu vàng
- ¾ chén Bulgur chưa nấu chín
- ¾ cốc nước sôi
- 1 chén táo đỏ ngon; thái nhỏ
- ¼ chén nam việt quất khô
- ¼ chén quả chà là
- ¼ cốc sữa chua nguyên chất ít béo
- 2 muỗng canh chanh
- ¼ muỗng cà phê muối
- ¼ muỗng cà phê bột cà ri
- 11 ounce quýt dưới ánh sáng

5 thìa hạnh nhân xắt nhỏ; nướng

Đun sôi 3 cốc nước và đậu Hà Lan đã tách vỏ trong nồi. Giảm nhiệt; nấu, không đậy nắp, 30 phút hoặc chỉ cho đến khi đậu Hà Lan mềm. Giếng thoát nước; để qua một bên. Kết hợp bulgur và $\frac{3}{4}$ cốc nước sôi trong một bát lớn.

Đậy nắp và để yên trong 30 phút. Thêm đậu Hà Lan, táo, nam việt quất và chà là; Khuấy đều. Kết hợp sữa chua, nước chanh, muối và cà ri và thêm vào hỗn hợp bulgur, trộn đều. Nhẹ nhàng khuấy trong cam. Hàng đầu salad với hạnh nhân nướng

●

87, Salad trái cây với các loại hạt

Năng suất: 4 phần ăn

Nguyên liệu
- mỗi loại 1 quả dưa; ít
- mỗi quả 2 quả cam
- 1 chén nho xanh
- Lá rau diếp
- 12 nửa quả óc chó mỗi cái
- 8 ounce sữa chua
- 1 thìa nước cốt chanh
- 1 muỗng canh nước cam
- 1 muỗng cà chua catup
- 2 muỗng canh sữa bay hơi

- Muối; thụt lề
  Tiêu sọ; thụt lề

Loại bỏ dưa đỏ bằng dưa đỏ. Gọt vỏ cam, loại bỏ màng trắng và cắt lát ngang.

Cắt nho làm đôi và loại bỏ hạt. Lót một chiếc bát thủy tinh với lá rau diếp; sắp xếp các quả bóng dưa đỏ, lát cam, nho và quả óc chó thành từng lớp trên rau diếp. Trộn và trộn đều tất cả các nguyên liệu làm nước sốt. Điều chỉnh gia vị. Đổ nước sốt lên trái cây. Để nguyên liệu salad ướp trong 30 phút.

-

88. Salad trái cây trắng và gạo hoang

Năng suất: 12 phần ăn

Nguyên liệu
- 1½ chén gạo trắng; thô
- 1⅓ chén gạo hoang dã; thô
- 1 chén cần tây xắt nhỏ
- 1 chén hành lá; xắt lát mỏng
- ¾ chén quả việt quất khô
- ¾ chén quả mơ khô; cắt tỉa
- ¼ chén nước dùng gà
- ¼ chén giấm rượu vang đỏ
- ¼ chén dầu ô liu
- 2 muỗng cà phê mù tạt Dijon

- ½ muỗng cà phê muối
  ½ thìa cà phê tiêu

-

- 1 chén hồ đào; chiên và cắt nhỏ

Nấu cơm riêng theo hướng dẫn trên bao bì. Xả gạo hoang tốt. Khi nguội, cho cần tây, hành lá, quả nam việt quất khô và quả mơ khô vào khuấy đều. Che và làm lạnh.

Kết hợp các thành phần thay đồ trong một cái lọ có nắp đậy và lắc đều. Nó được đặt trong tủ lạnh. Lắc băng để trộn. Đổ hỗn hợp gạo lên trên. Thêm quả hồ đào và quăng vào áo khoác và quăng.

89, Pasta và salad trái cây cá ngừ của Joan Cook

Năng suất: 4 phần ăn

Nguyên liệu
- 1 hộp cá ngừ với cải dầu
- Dầu
- 2 chén mì ống nấu chín
- 2 cốc trái cây tươi
- nho
- củ sắn
- tiêu
- 1 muỗng canh hành ngọt, xắt nhỏ

-
- 1 (6 oz) sữa chua vani
- ½ muỗng cà phê bột cà ri
- 1 muỗng canh nước cốt chanh
- 1 muỗng canh củ gừng
  hạt anh túc để trang trí

Để ráo cá ngừ và tách thành từng miếng nhỏ. Trộn trái cây, mì ống, hành tây và cá ngừ. Trộn đều các nguyên liệu làm nước sốt. Nhẹ nhàng trộn nước sốt với trái cây, mì ống và cá ngừ. Rắc hạt anh túc, nếu bạn muốn.

Phục vụ lạnh.

90. Salad quả anh túc

Năng suất: 1 phần ăn

Nguyên liệu
- ½ quả dưa đỏ
- 1 quả dứa ngọt
- 300 gram nho xanh không hạt
- 300 gram nho tím không hạt
- 1 chùm quả việt quất
- 1 quả dâu tây
- 1 trái xoài
- 2 muỗng canh hạt anh túc
- 2 muỗng canh hạt vừng

-
- 3 thìa mật ong Beehive Co.
- 1 muỗng canh giấm balsamic
  2 muỗng canh kem chua
- 5 muỗng canh nước cam
- 2 trái chanh và nước trái cây

Gọt vỏ và cắt dưa đỏ, dứa và xoài thành miếng lớn. Rửa quả mọng và nho và thêm chúng vào bát trái cây.

Trộn tất cả các nguyên liệu sốt cho đến khi mịn, sau đó trộn với trái cây.

Trộn với mè và hạt anh túc và để nguội.

SALAD TRÁI CÂY TRÁI CÂY

91, Salad trái cây Ambrosia

Năng suất: 20 phần ăn

Nguyên liệu
- 2 lon quýt; làm khô hạn
- 2 quả dứa; miếng, ráo nước
- 2 quả chuối mỗi loại; lát cắt
- 2 chén nho; xanh hoặc đỏ không hạt
- 2 sữa chua vani

-
- 1 chén hạnh nhân; chạm khắc
  2 chén dừa; vảy
- 2 cốc kẹo dẻo; nhỏ

Trộn tất cả các thành phần và làm mát.

92, Salad trái cây Valentine

Năng suất: 1 phần ăn

Nguyên liệu
- 1 lon lê
- ½ chén quế đỏ
- 3 muỗng canh giấm
- Rau xà lách
- 1 hộp dứa thái lát
- ½ chén quả óc chó xắt nhỏ

-
- 1½ chén kem sốt mayonnaise

Để ráo lê, thêm quế đỏ vào xi-rô lê và đun sôi giấm. Cắt nửa quả lê thành hình trái tim và đun sôi trong xi-rô trong 20 phút, để nguội. Đặt một nửa quả lê, mặt rỗng xuống dưới, trên lá rau diếp. Cắt dứa thành từng miếng nhỏ và xếp xung quanh quả lê. Rắc quả óc chó xung quanh mép salad để tạo hiệu ứng ren. Phục vụ sốt mayonnaise trong một bát riêng.

Cho sốt mayonnaise vào ⅓ cốc kem tươi đã đánh bông.

93. Salad trái cây nướng tuyệt đỉnh

Năng suất: 4 phần ăn

Nguyên liệu
- 16 ounce dứa miếng trong nước trái cây
- 1 muỗng canh bột sắn
- 1 quả táo; thái hạt lựu
- 1 quả cam; bóc vỏ và thái hạt lựu
- 4 muỗng canh nước ép dứa đông lạnh
- 2 lòng trắng trứng
- $\frac{1}{8}$ muỗng cà phê kem cao răng
- $\frac{1}{2}$ muỗng cà phê vani
- 2 gói NutraSweet

Đun sôi phần nước lá dứa để riêng và bột sắn dây cho đến khi đặc lại.

Kết hợp nước táo cô đặc, dứa, cam và dứa đông lạnh.

Trộn đều để trái cây được phủ nước ép đặc.

Với thìa trái cây trong 4 đĩa nướng riêng cho bánh soufflé

Đánh lòng trắng trứng cho đến khi tạo thành chóp mềm.

Thêm vani. Khuấy lòng trắng trứng trên salad trái cây, xếp dày và phết lên thành bát. Cho vào lò nướng đã được làm nóng trước ở nhiệt độ 450 độ F trong 4 đến 5 phút cho đến khi bánh trứng đường có màu nâu nhạt.

94, Salad hoa quả tráng miệng

Năng suất: 8 phần ăn

Nguyên liệu
- 1 gói (10 oz) dâu tây đông lạnh trong xi-rô nhẹ, rã đông
- 1 gói (8 oz) sữa chua vani ít béo
- 1 muỗng cà phê củ gừng gọt vỏ
- 1 quả dưa đỏ vừa
- 1 chén dâu tây
- 3 quả mận tím lớn
- 1 quả xoài lớn
- 4 quả kiwi lớn
- $\frac{1}{2}$ lít quả việt quất
- Trang trí: nhánh bạc hà tươi

Trong máy xay sinh tố hoặc máy xay thực phẩm có gắn lưỡi dao, trộn dâu tây, sữa chua và gừng đã rã đông cho đến khi mịn. Bìa và tủ lạnh cho đến khi sẵn sàng phục vụ.

Cắt dưa đỏ thành miếng 1½". Dâu tây gọt vỏ; cắt đôi mỗi quả. Cắt mận chưa gọt vỏ thành lát ½".

Với một con dao sắc, cắt một lát xoài theo chiều dọc ở mỗi bên của hạt dài và phẳng; để riêng phần chứa hạt. Loại bỏ vỏ khỏi những miếng đã cắt và cắt xoài thành miếng 1 ½ inch. Cắt vỏ xoài khỏi phần dành riêng của xoài và cẩn thận cắt hạt thành từng miếng.

Trong một bát lớn, nhẹ nhàng kết hợp dưa đỏ, dâu tây, mận, xoài, kiwi và quả việt quất. Bọc bằng bọc nhựa và làm lạnh cho đến khi sẵn sàng phục vụ.

95. Sa lát hoa quả

Năng suất: 12 đến 16

Nguyên liệu
- 2 lon (20 oz. mỗi lon) dứa nghiền
- ⅔ chén đường
- 2 muỗng canh bột mì đa dụng
- 2 quả trứng mỗi cái, đánh nhẹ
- ¼ cốc nước cam
- 3 thìa nước cốt chanh
- 1 muỗng canh dầu thực vật
- 2 hộp cocktail trái cây
- 2 hộp quýt, để ráo nước

- 2 quả chuối mỗi loại, thái lát
- 1 chén kem dày, đánh bông

Để ráo dứa, để riêng 1 cốc nước ép trong một cái chảo nhỏ. Đặt dứa sang một bên. Trong chảo, thêm đường, bột mì, trứng, nước cam, nước cốt chanh và dầu.

Đun sôi, khuấy liên tục. Đun sôi trong 1 phút; tắt bếp và để nguội. Trong một bát salad, kết hợp dứa, cocktail trái cây, cam và chuối. Thêm kem đánh bông và nước sốt đã nguội.

Làm lạnh trong vài giờ.

96, Salad trái cây đông lạnh

Năng suất: 9 phần ăn

Nguyên liệu
- 2 chén đường
- ⅛ muỗng cà phê muối
- 4 chén bơ sữa
- 1 muỗng cà phê vani
- 1 hộp dứa nghiền
- 1 hộp cocktail trái cây

Trong một bát lớn, kết hợp đường, muối, buttermilk và vani cho đến khi trộn đều.

Nhẹ nhàng trộn trái cây ráo nước. Đổ vào chảo vuông 9 inch.

Đóng băng cho đến khi chắc chắn

97, Salad trái cây gói crepe

Năng suất: 4 phần ăn

Nguyên liệu
- 1 chén bột mì đa dụng chưa tẩy trắng
- 1 thìa đường
- Mũi dao muối
- 1⅔ cốc sữa ít béo
- ½ quả táo, gọt vỏ, bỏ hạt và thái hạt lựu
- ½ quả lê, gọt vỏ, bỏ hạt và thái hạt lựu
- 1 cốc dâu tây hoặc quả mâm xôi, xay nhuyễn
- Vỏ của 1 quả cam, cắt

- 2 quả trứng lớn
- 3 muỗng canh bơ không ướp muối
- ½ chén dứa thái hạt lựu
- ½ chén kem nặng, có hương vị
- ¼ muỗng cà phê chiết xuất vani
- Bạch chỉ cắt thành dải 1 inch
- Lá bạc hà

Chuẩn bị bánh crepe: Trong một bát lớn, rây bột mì, đường và muối và tạo một cái giếng ở giữa. Đánh sữa vào bột dần dần cho đến khi mịn. Thêm từng quả trứng vào, trộn nhanh cho đến khi kết hợp. Khuấy bơ và để bột ngồi ở nhiệt độ phòng trong 30 phút.

Làm nóng chảo chống dính 10 inch trên lửa vừa và cao cho đến khi nóng, thêm bột ⅓C và xoay chảo cho đến khi bột phủ đều bề mặt. Nấu cho đến khi bong bóng crepe hình thành trên mặt, lật và nấu trong 30 giây. Lấy bánh crepe ra khỏi chảo và giữ ấm trong lò ở nhiệt độ thấp. Lặp lại quy trình với phần bột còn lại.

Chuẩn bị phần nhân: Trong chảo chống dính trên lửa vừa, cho táo, lê và dứa vào xào cho đến khi nóng. Lấy chảo ra khỏi bếp và đặt sang một bên.

98. Salad parfait trái cây

Năng suất: 3 phần ăn

Nguyên liệu
- 1 hộp lớn dứa nghiền
- 1 hộp nhân bánh anh đào
- 1 lon Milnot
- 1 lon Cool Whip lớn

Nó có thể được ăn mềm hoặc đông lạnh nhẹ, nhưng theo ý kiến của tôi, đông lạnh nhẹ sẽ ngon hơn.

Bạn cũng có thể thay thế các loại nhân bánh khác như mâm xôi, đào, việt quất, v.v.

99. Salad trái cây kẹo cao su

Năng suất: 10 phần ăn

Nguyên liệu
- 1 cốc kem tươi
- 2½ chén dứa miếng, để ráo nước
- 2 cốc nho không hạt
- 2 cốc kẹo dẻo thu nhỏ
- ¾ chén kẹo cao su (bỏ qua kẹo cao su đen), thái nhỏ
- 1 lọ (4 oz) anh đào Maraschino, xắt nhỏ
- ½ chén hồ đào xắt nhỏ
- ½ cốc nước ép dứa
- ¼ chén đường

- 2 muỗng canh bột mì
- ¼ muỗng cà phê muối
- 3 thìa nước cốt chanh
- 1½ muỗng cà phê giấm

Đánh kem và trộn tất cả các thành phần. Thêm nước sốt đã nguội và để tủ lạnh qua đêm.

Trộn tất cả các thành phần trong nồi và nấu cho đến khi đặc lại, khuấy liên tục. Làm mát trước khi thêm vào món salad.

100, parfait kem hạt phỉ

Năng suất: 8 phần ăn

Nguyên liệu
- 6 lòng đỏ trứng
- 150 ml xi-rô đường
- 3 muỗng cà phê cà phê hòa tan, hòa tan
- 12 quả sung khô
- 12 quả mận
- 1 quả chanh, với nước cốt và vỏ
- 1 quả cam, nước ép và vỏ
- 30 quả phỉ
- 150 gam đường

- 2 muỗng canh nước sôi
- 100 gram kẹo dẻo hạt phỉ, đun chảy nhẹ
- 600 ml Kem đặc, đánh mạnh
- 4 cây đinh hương
- 8 hạt tiêu đập dập
- 1 quả vani tách hạt
- Vài giọt nước cốt chanh
- Nước

Glace: Đánh lòng đỏ trứng và 150 ml xi-rô cho đến khi sủi bọt. Đặt nó ở nhiệt độ thấp và đánh cho đến khi nó đặc lại. Bây giờ cho đá vào và lắc cho đến khi lạnh, thêm tinh chất cà phê. Thêm kẹo hạnh phúc tan chảy và cuối cùng là kem. Biến thành một ổ bánh mì và đóng băng.

Salad trái cây mùa đông: Trụng qua nước sôi để trái cây nở ra. Thêm nước cốt chanh và cam đã vắt vào xi-rô đường dành riêng, cùng với đậu vani. Buộc vỏ chanh và cam, đinh hương và hạt tiêu vào túi muslin và thêm vào xi-rô.

Đun sôi, điều chỉnh độ ngọt bằng một ít nước. Nấu trong 20 phút. Thêm quả sung và mận khô và đun nhỏ lửa trong 20 phút nữa. Để nguội bớt.

PHẦN KẾT LUẬN

Để làm món salad trái cây ngon nhất cần lên kế hoạch một chút, nhưng rất đơn giản để thực hiện!

Cách làm món salad trái cây tuyệt vời sẽ hiệu quả nhất khi bạn tuân theo một số quy tắc đơn giản và đảm bảo rằng bạn chọn đúng loại trái cây và nước xốt phù hợp để có được chính xác loại salad trái cây mà bạn muốn. Bất cứ ai cũng có thể làm món salad trái cây tuyệt vời!

www.ingramcontent.com/pod-product-compliance
Lightning Source LLC
Chambersburg PA
CBHW050355120526
44590CB00015B/1702